டாக்டர் வள்ளுவர்

Dr. S. முருகுசுந்தரம்

டிஸ்கவரி பப்ளிகேஷன்ஸ்

எண்: 9, பிளாட் எண்: 1080A, ரோஹிணி பிளாட்ஸ்
முனுசாமி சாலை, கே.கே.நகர் மேற்கு,
சென்னை – 600 078. பேச: 99404 46650

வெளியீட்டு எண்: 0214

டாக்டர் வள்ளுவர் (கட்டுரை)

ஆசிரியர்: **Dr. S. முருகுசுந்தரம்©**

DOCTOR VALLUVAR (Essay)

Author: **Dr. S. Murugusundram©**

அட்டை ஓவியம்: **Profilemaker**

Print in India

1st Edition: Jan - 2023

4th Edition: Oct - 2023

ISBN: 978-93-95285-38-4

Pages - 156

Rs - 200

Publisher • Sales Rights

Discovery Publications
No. 9, Plot,1080A, Rohini Flats,
Munusamy Salai,
K.K.Nagar West, Chennai - 78.
Tamilnadu, India.
Mobile: +91 99404 46650

Discovery Book Palace (P) Ltd
No. 1055-B, Munusamy Salai,
K.K.Nagar West,
Chennai-600 078.
Ph: (044) 4855 7525
Mobile: +91 87545 07070

discoverybookpalace@gmail.com / www.discoverybookpalace.com

இந்த நூலில் பிரசுரமாகியுள்ள எந்த ஒரு பகுதியையும் எழுத்துபூர்வமான முன்அனுமதி பெறாமல் எடுத்தாள்வதோ, மறுபிரசுரம் செய்வதோ, மொழியாக்கம் செய்வதோ, ஊடகங்களில் மறுபதிப்புச் செய்வதோ, காப்புரிமைச் சட்டப்படி தடை செய்யப்பட்டுள்ளது. இந்த நூலிலிருந்து சில பகுதிகளை மேற்கோள்காட்டி நூல்அறிமுகம் செய்யலாம்.

உங்கள் மொபைல் போனிலிருந்து ஸ்கேன் செய்து 'டிஸ்கவரி புக் பேலஸ்' மொபைல் ஆப்பை டவுன்லோடு செய்து, புத்தகங்களை வாங்குங்கள்.

பொருளடக்கம்

அணிந்துரை - 1
வாழும் மகாகவி ஈரோடு தமிழன்பன் அவர்கள் — 07
அணிந்துரை - 2
சித்த மருத்துவச் செம்மல் கு. சிவராமன் அவர்கள் — 11
என்னுரை
மரு சு முருகுசுந்தரம் — 14

---

1. நம்பிக்கையே மாமருந்து! — 17
2. ஐம்புலனடக்கம் அருமருந்து! — 19
3. ஒப்புவமையில்லா ஒரு மருந்து! — 31
4. "மக்கள் மெய் தீண்டல்" எனும் மன மருந்து — 33
5. அன்பில்லையெனில் எது மருந்து? — 35
6. அன்பே உயிர்ப்பிக்கும் மருந்து! — 37
7. எப்பிறவிக்கும் இது மருந்து! — 39
8. மரணம் வெல்லும் மருந்து! — 31
9. நல்லெண்ணமே நன்மருந்து! — 33
10. சினங்காத்தல் சிறந்த மருந்து! — 35
11. சினமழித்தல் அழிவில்லா மருந்து! — 37
12. சினம் கொல்லும் மகிழ் மருந்து! — 39
13. வாய்மையெனும் வரமருந்து! — 41
14. முன்னெச்சரிக்கையெனும் முதல் மருந்து! — 43

15. மருத்துவரைப் பேணுதலும் ஒரு மருந்து!	45
16. உறக்கமெனும் உன்னத மருந்து!	47
17. ஆசை சினம் அறியாமை அழிக்கும் மருந்து!	49
18. அறிவே மருந்து!	51
19. மருத்துவருக்குத் தேவை இம்மருந்து!	53
20. வருமுன்னர் காப்பது வாழ்வுக்கு மருந்து!	55
21. மனமே மாமருந்து!	57
22. ஆரம்ப அறிகுறிகள் ஆருயிர் காக்கும் மருந்து!	59
23. "அஞ்சாதே நோய் கண்டு" அதுவே ஒரு மருந்து!	61
24. குறிப்புணரும் மருத்துவரைக் கொண்டாடுவதும் மருந்து!	63
25. அகம் காட்டும் மருந்து!	65
26. நமக்கு நாமே மருந்து!	67
27. விழிப்புணர்வெனும் விலைமதிப்பற்ற மருந்து!	69
28. மெய்மை உணர்வது மேன்மருந்து!	71
29. "தீமை அறிந்து தவிர்" அதுவே நன்மை செய் மருந்து!	73
30. விளக்கிச் சொல்லும் மருத்துவரே வித்தக மருந்து!	75
31. செரித்த பின் உண்ணல் சீர்மருந்து!	79
32. அளவறிந்து உண்ணல் அளப்பரிய மருந்து!	83
33. நன்றாகப் பசித்துண்ணல் நலம்குன்றா மருந்து!	87
34. அளவு மீறா அறுசுவையும் அருமருந்து!	89
35. பெருந்தீனி தவிர்த்தல் பிறவிப் பெருமருந்து!	93
36. நோய், முதல், தீர்வு நுண்ணறிந்து வழங்குதலே மருந்து!	97
37. நோயர், நோய், காலம் குறித்த அறிவே நுண்மருந்து!	101

38. நோயர், மருத்துவர், செவிலியர், மருந்தாளுநர் இணைந்தலே நலம் தரும் மருந்து!	105
39. செய்யத் தக்கவை, தவறாமல் செய்தல் சிறப்பு மருந்து!	109
40. தொடர் கல்வியே என்றும் தொய்வில்லா மருந்து!	113
41. மரித்தாலும் நம் உடல் பிறர்க்கு மருந்து...	117
42. வினாவுக்குள் விடை சொல்லும் வியத்தகு மருந்து...	121
43. கருவியும் காலமும் கையாளும் மருத்துவனும் சேர்ந்ததே கண்கண்ட மருந்து...	125
44. நல்ல மருத்துவரைத் தேர்ந்தெடுப்பதும் ஒரு மருந்து...	129
45. "விதியின் தூதுவன்" மருத்துவன் விதைக்கும் நம்பிக்கையும் மருந்து...	133
46. குடும்ப மருத்துவர் நம் குலம் காக்கும் மருந்து...	137
47. மக்களைப் படிப்பதே மாமருந்து...	141
48. உள்மனப்பகை தீர்த்தல் உயிர் காக்கும் மருந்து...	149
49. ஊடல் என்ற உளவியல் மருந்து...	153
50. முறையான காமம் முத்தான மருந்து...	149

அணிந்துரை

உரையாசிரியர்கள்
உரை மரபுகள் இலக்கணங்களை விட்டு
வெகு தொலைவில்...

ஆயின்...
திருவள்ளுவர்க்கு மிக அருகில்
நெருங்கி நின்று
உரையாடுகிறார் ஒருவர்!

உங்கள்
ஒப்பற்ற நூலுக்குத்
தப்புச் செய்யும் நோக்கம் இல்லை...

எனக்கு
இப்படியெல்லாம் கருதிப் பார்க்க
இடம் இருப்பதாக எண்ணுகிறேன்...

என்று கதவு திறக்கும்
முகவரி சொன்னவர்
தொடர்கிறார்...

வள்ளுவர்
ஆம் என்றோ இல்லை என்றோ
தலையசைப்புச் செய்யவில்லை!

வலக்கரம் மேலே உயர்த்தி
விரல்களின் இயக்கத்தில்
உம்... சொல் என்ற
குறிப்பைத் தருகிறார் அறிவுத் திலகம்...

சொல்லிக் கொண்டே
வந்தவர் தான் மருத்துவத் திலகம்
முருகுசுந்தரம்...

தன் துறை சார்ந்த
பெருமகன் வள்ளுவர் என்று
முருகு மனம் கனிந்து
உருகி மொழிந்தவை இந்நூலில்
அருவியாய்க் கொட்டுகின்றன...

காதலின்
உச்சம் தொட்டவர்க்குக்
கண்களால் காணப்படும் பொருள்களில்
எல்லாம் தன்னால்
காதலிக்கப்பட்டவரின் அழகிய
உறுப்புகளே தென்படும் என்று
உளவியல் மேதையாய்த்
தொல்காப்பியர்
களவியலில் பேசுவார்.
"நோக்குபவை எல்லாம் அவையேப்போறல்"
என்பதவர் நூற்பாவரி.

நம் அருமை மருத்துவர்
முருகுசுந்தரம் பெருமைக்குரிய
தோல் நலக் காவலர்.
திருவள்ளுவரை மனநலக் காவலராக
மருத்துவத் துறைக்கு
அழைத்துக் கொள்கிறார்.
மற்றும் சில மருத்துவப் பிரிவுகளிலும்
வருகைதரு பேராசிரியராக அவரை
வகுப்புகள் எடுக்க வேண்டிக் கொள்கிறார்.
காணும் பொருள்களில் எல்லாம் காதலியின்
கண்ணும், மூக்கும், கன்னமும், நெற்றியும்,

கழுத்தும், கையும், காலும், விரல்களும்
தென்படும்போது அவன் மனம்
என்படும்?
குறட்பாப் பேழை திறக்கும்
முருகு சுந்தர மனத்துக்குப் அப்படிப்
பட்டவையெல்லாம் இந்நூலில்
பக்கங்கள் திறக்கின்றன...

எனினும்
இந்நூல் காண்டிகை விருத்தித்
தூண்டில்களில் சிக்காமல்
சுதந்தரமாக இயங்குகிறது.

இக்காலத்து
இலக்கிய ஆய்வு
ஒரு நூலை
எழுதி முடித்ததும் நூலாசிரியன்
விடுபடுகிறான்
படிப்பவன் உடைமையாக அது
மாறி விடுவதாய்க் கூறுகிறது.

அவரவர்
படிப்பு, பார்வை, சார்பு, சால்பு
எப்படி வேண்டுமானாலும்
அணுகலாம்...
பனுவல் பொது என்ற கோட்பாடு
கொடிபிடிக்கிறது.

அதனால்
ஒரு பனுவலில் ஒன்றுபடுவதை விட
வேறுபடுவதற்கே
வாய்ப்புகள் மிகுதி!

மிர்சா காலிப் என்ற
உருது மகாகவி சொன்னதையும்
இங்கு இணைத்துக் கொள்ளலாம்,

"கவிதை எழுதுவதை விடக்
கடினமானது
கவிதையைப் புரிந்து கொள்வது."

மருத்துவர் முருகுசுந்தரம்
கவிதை எழுத வல்லவர்;
புரிந்து உள்வாங்கவும் திறம் பெற்றவர்.

ஒவ்வொரு சிறு கட்டுரையிலும்
திருவள்ளுவர் மீது
உருகும் அன்பில்
ஊற்றெடுக்கும் வியப்பில்
வார்த்தெடுத்துள்ள
வண்ணம் மிகு வரிகள்...
திருவள்ளுவ மாலைக்கு
அருகில் நிற்கும் தரமும் தகுதியும்
படைத்தவை என்று
யாருக்கும் பாராட்டத் தோன்றும்!
எனக்கும் தோன்றுகிறது... பாராட்டுகள் முருகு...

ஈரோடு தமிழன்பன்
சென்னை

அணிந்துரை

எந்த ஒரு அறிவியலினுள்ளும் கலை சேர்ந்து நிற்பதும், அதே போல் கலை உள்ளம் கொண்டவன் பார்க்கும் உயர் அறிவியலும் தான் காலத்திற்கும் நிற்கும். நேற்றைய லியானார்டோ டாவின்ஸியில் இருந்து இன்றைய அதுல் குவாண்டே வரை இதற்கு ஏராளனமாரோய் வரலாற்றில் உதாரணம் காட்டலாம். அந்த வரிசையில் இப்போது பிரபல தோல் நோய் மருத்துவர் முருகு சுந்தரம் அவர்கள் இணைந்து நிற்கின்றார். நெடுநாளாய் "புறம்" படித்தவர், "அகம்" பேசும் அழகின் அற்புதத்தை அடிக்கடி ரசித்து வருபவன் நான். சமூக ஊடகத்தில் யாணர் எனும் கவிஞர் குழுவில், அடிக்கடி அவரெழுதிப் பகிரும் கவிதைகள், அவரின் மொழிப்பசிக்கும் கள்சொல்லுக்கும் கட்டியங்கள்.

வள்ளுவனை சிலர் உச்சத்தமிழனாய்ச் சிலாகித்தார்கள். சமணனாய்ச் சான்றளித்தார்கள். தாந்திரிகத்தின் தம்மபத்தத்தின் காலத்தினனாய் விவாதித்தார்கள். அதேபோல் வள்ளுவனைப் பெரும் வணிக நிர்வாக ஆசானாகப் பார்த்தவருண்டு. ஆசிரியனாக நீதிமானாக அரசியல் நெறியாளனாக இன்னும் பலவாக பார்த்து எழுதியவருண்டு. மருத்துவர் முருகு இங்கே வள்ளுவனை முழுமையாய் மருத்துவனாய் வியந்திருக்கின்றார். மருந்து அதிகாரம் தாண்டி, வேறு வேறு அதிகாரங்களில் ஒளிந்திருக்கும் வெண் ஆடை தரித்த வள்ளுவனையும் அழைத்து வந்து நம் அருகில் நிறுத்தியுள்ளார். இரட்டை வரி குறளமுதில் Reactive Oxidative Stress எனும் மன அழுத்தத்தில் உருவாகும் நோய்ப்பிழையை, அதன் தீர்வைக் கண்ட மருத்துவன் முருகுசுந்தரத்திற்கு வள்ளுவன் முழு மருத்துவனாகவே காட்சியளிக்கின்றார்.

இதில் வள்ளுவனை வியப்பதா?, மருத்துவர் முருகுவின் குறளின் மருத்துவப் பார்வையை வியப்பதா? என எனக்குக் கொஞ்சம் குழம்பிற்று. கற்றாரைக் கற்றாரே காமுறுவர் என்பதற்கிணங்க, ஒரு மருத்துவனுக்குத் தான் இன்னொரு மருத்துவனின் நுட்பமான புரிதல் புரியும் போல.

மருத்துவர் முருகு தான் படித்த தோலின் அரிப்பு, கரப்பான், எரிச்சல் என்று மட்டும் தன் பயிற்சியில் நின்று போகவில்லை. இந்தத் துன்பத்திற்கு இன்றளவில் கண்டறியப்பட்ட வெள்ளை அணுக்களின் குற்றமும் குரோதமுமோடு தன் சிந்தனையை அவர் நிறுத்திவிடவில்லை. அதற்கான தீர்வைப் பேசத் துவங்கிய/ பேசிய ஹிப்போகிரட்டீஸ், காலன் என துவங்கி அவரது ஆசான் பேட்ரிக் ஏசுடையானுடனும் நிறுத்திவிடவில்லை. கொஞ்சம் வள்ளுவத்தில் பதினென் கீழ்கணக்கு நூலிலும் தன் ஆசிரியர்களைத் தேடியிருக்கின்றார் என்பது "பெற்றியார் பேணிக் கொளல்" என அவர் இந்த நூலில் கூறியிருப்பதில் இருந்தே வெள்ளிடை மலையாய் தென்படுகிறது.

"மெய்ப்பொருள் காண்பது" குறித்து வள்ளுவ ஆசான் சொன்னதை, கூகுள் தேடல் / வாட்ஸ் அப் வாந்திபேதிகளில், நலம் தொலைக்கும், நம் சமகாலச் சமூகத்தைச் சுட்டியிருப்பது பாராட்டுக்குரிய பார்வை. "எண்பொருளவாகச் செலச்சொல்லித் தான் பிறர்வாய் நுண்பொருள்காண்பதில்", மருத்துவன் முருகு அவர்களின் விளக்கம், வள்ளுவனை மெக்லியாய்டு மற்றும் ஹட்சின்சன் போன்ற நவீன மருத்துவ நோயறிதல் துறை உச்சங்களோடு ஒப்பிட்ட பேரழகு. என் மருத்துவ ஆசான், பேரா.செ.நெ. தெய்வ நாயகம் "முதல்ல நோயர் பேசுவதைக் குறுக்கே பேசாமல் கேளு" என அடிக்கடி சொல்வதை நினைவூட்டுவது போலிருந்தது முருகுவின் அந்த குறளுக்கான அற்புதமான விளக்கம் படிக்கும்போது.

"டாக்டர் வள்ளுவர்" மருத்துவர் முருகுசுந்தரத்தின் மிக முக்கியமான சமகாலப் பார்வை. பரிமேலழகரில் இருந்து கலைஞர் வரை அவரவர் பேரறிவின் துணைகொண்டு, வெகுசனத்திற்குக் குறளை விளக்கிக் கொண்டு சேர்த்தது போல், முருகு அவர்கள், மருத்துவனாய் ஒரு தமிழ்ப் பேரிலக்கியத்தை மருத்துவப் பார்வையில் சிந்தித்து, அதனை எளிதில் புரியும்

படி எழுதியுள்ளார். இந்திய தத்துவ மரபை தேவிபிரசாத் சட்டோபாத்யா சிலாகித்து எழுதுகையில், அவரின் சமத்துவ சித்தாந்த அரசியல் தென்படுவது போல, வள்ளுவனின் வாழ்வியல் நெறியை தன் மருத்துவச் சித்தாந்தத்தோடு அணுகி யிருப்பது, பாராட்டுக்கும் பெருமைக்கும் உரியது.

வாழ்த்துக்கள் மருத்துவர் முருகு சுந்தரம்!

நன்றிகளும் பல.

அன்புடன்
மரு. கு. சிவராமன்
சென்னை

என்னுரை

ஒரு மருத்துவராக, தோல் மருத்துவராக நான், குறளைப் படித்து, என் பார்வையை இந்த நூலில் வழங்கியுள்ளேன். வள்ளுவப் பெருந்தகை மருந்து என்ற அதிகாரத்தில் மருத்துவம் பற்றிச் சொல்கிறார். ஆனால் குறள் நெடுகிலும், முப்பாலிலும் மருத்துவக் கருத்துக்கள் பரவிக் கிடக்கின்றன. என் பார்வை குறளின் நேரடிப் பொருளினின்றும், அதிகாரப் பொருளி னின்றும் சற்று வேறு படலாம். குறளறிஞர்கள் என் மருத்துவப் பார்வையைப் பொருத்தருள வேண்டுகிறேன்.

குறள் என்னும் இந்த ஆழ்கடலில் மூழ்கித் திளைத்து, வள்ளுவப் பெருமான் புலவரா, மருத்துவரா அதிலும் மருத்துவத்தின் பல துறைகளிலும் அதி நுட்பம் பெற்ற சிறப்பு மருத்துவரா என்று திகைத்துப் போகிறேன்.

பசித்த குழந்தைக்குப் பார்ப்பதெல்லாம் உணவாய்த் தெரிவது போல், ஒரு மருத்துவனாய் எனக்கு எல்லாக் குறளிலும் ஒரு மருத்துவப் பொருள் தென்படுகிறது. ஆனால் எந்தக் குறளிலும் வள்ளுவப் பெருந்தகை இன்ன நோய்க்கு இன்ன மருந்து என்றெல்லாம் குறிப்பிடவில்லை. தனிமனித ஒழுக்கம், ஐம்புலனடக்கல், அன்பின் வழி செல்லல், சினங்கொள்ளாமை, உடல் நலம் குறித்த விழிப்புணர்வு, உணவு விதி முறைகள், நல வாழ்வு நெறிமுறைகள், மருத்துவர், நோயர், செவிலியர் மற்றும் மருத்துவப் பணியாளர்களுக்கான ஒழுக்க நெறிமுறைகள் ஆகியவை தான் வள்ளுவரால் வலியுறுத்தப் படுகின்றன. உடல் நலமும் மன நலமும் ஒன்றையொன்று சார்ந்தவை என்பதும் உடலையும் மனத்தையும் ஒரு மருத்துவர் பிரித்துப் பார்க்கலாகாது என்ற உட்பொருளுமே மருத்துவர் வள்ளுவர் புகட்டும் பாடம். மனமே மருந்து என்பது தான் வள்ளுவ வேதம்.

பள்ளி நாட்களில் மனப்பாடப் பகுதிக்காகவும், பத்து மதிப்பெண்கள் மொத்தமாகப் பெறும் நோக்கத்துக்காகவும் மட்டுமே பொருள் புரியாமல் படித்த குறள் மேல் காதல் கொண்டு, பொருள் புரிந்து நுட்பமாகப் படிக்க உதவிய என் அம்மான் பேராசிரியர் முனைவர் பழ முத்து வீரப்பன் அவர்களுக்கு என் முதற்கண் நன்றிகளைச் சமர்ப்பிக்கின்றேன்.

என் எழுத்து எதுவாக இருப்பினும், ஒரு அன்னையைப் போல் உச்சி முகர்ந்து பாராட்டும் “வாழும் மகாகவி” ஈரோடு தமிழன்பன் ஐயா அவர்களுக்கும், அருமையான முயற்சி என்று அணிந்துரை தர உடனே சம்மதித்த அறம் வழுவா சித்த மருத்துவச் செம்மல் மருத்துவர் சிவராமன் ஐயா அவர்களுக்கும் என் சிரம் தாழ்ந்த நன்றிகள்.

என் எழுத்தின் முதல் ரசிகையும், திருத்தங்கள் சொல்லி என்னைப் புடம் போடும் சிற்பியுமான என் இணை திருமதி நன்முல்லைக்கும், புலனத்தில் நாள் தோறும் வெளியிட்ட போது, மனமுவந்து பாராட்டி, நாற்பது நாட்கள் தொடரும் படி வளரும் அளவுக்கு ஊக்கம் தந்த உற்ற நண்பர்கள் அனைவருக்கும் என் மனமார்ந்த நன்றிகள்.

நான் தொட்டிருப்பது ஒரு துளி தான். இன்னும் கொட்டிக் கிடக்கின்றன மருத்துவ முத்துக்கள் ஏராளமாய், குறள் என்ற இந்த ஆழ் கடலில்.

ஒவ்வொரு மருத்துவரும், ஒவ்வொரு நோயரும் முதலில் குறள் கற்க வேண்டும். மருத்துவப் பாடத்திட்டத்தில் குறள் இடம் பெற வேண்டும் என்ற ஆவல் எனக்குள் எழுவது இயல்பானது, மிக அவசியமானது, உயர்வு நவிற்சியற்றது என்றே நம்புகிறேன்.

மூன்றாம் பதிப்பில் முத்தான மேலும் பத்துக் குறள்கள் கிட்டின. முப்பாலிலும் மருத்துவ முத்துக்கள் கொட்டிக் கிடக்கின்றன. தேடத் தேடத் திருவள்ளுவர் தந்து கொண்டே இருக்கிறார், தெய்வப்புலவர் அல்லவா!

மரு. சு. முருகுசுந்தரம்

803, 804, 8 வது தளம்,
அக்ஷயா லெவலப்
54, ஸ்டெர்லிங் சாலை,
நுங்கம்பாக்கம்,
சென்னை 600034.

93811 22224

01

மலர்மிசை ஏகினான் மாணடி சேர்ந்தார்
நிலமிசை நீடு வாழ்வார்.

The Flower Of The Heart Is Where The Flawless Lord Dwells...
That Belief Ensures Long Healthy Life, As An Antidote Of Toxic Stress...

01. நம்பிக்கையே மாமருந்து!

நம் மனமென்னும் மலரில் மாசற்ற இறைவன் வீற்றிருக்கிறான் என்ற எண்ணமே மன இறுக்கம் தளர்த்தி மகிழ்வையும், மன நிம்மதியையும் தந்து இவ்வுலகில் நோயின்றி நீண்டகாலம் வாழத் துணை செய்கிறது.

உடல் நோய்கள் அனைத்திற்கும் அடிப்படைக் காரணம் மன அழுத்தமே. உயிர்வளியாகிய ஆக்ஸிஜனின் இணை திறன் (Valency) இரண்டாக (O2) இருக்கும் போது, அது உயிர் வாழ இன்றியமையாத ஒன்றாகிறது. அதே உயிர்வளியின் இணைதிறன் ஒன்றாக (O) மாறும் போது, அது "வினைபுரி உயிர்வளியினம்" (Reactive Oxygen Species) என்ற, உயிரைக் கொல்லும் நச்சுப் பொருளாகி விடுகிறது. உயிர் வாழ இன்றியமையாத உயிர் வளி, உயிரைக் கொல்லும் நச்சுப் பொருளான வினை புரி உயிர் வளியினமாக மாறி, உடல் முழுதும் பெருகுவது மன அழுத்தத்தால் தான், என்பதை உறுதி செய்கின்றன நவீன மருத்துவ ஆய்வு முடிவுகள்.

உயிர்வளியையே நஞ்சாக மாற்றும் மன அழுத்தத்தை நீக்குவது எப்படி? மன அழுத்தம் நீக்கும் மருந்துகள் ஏதும் மண்ணுலகில் இல்லை. இன்னல்களைத் தீர்க்கவல்ல இறைவனே நம் மனதில்தான் குடி கொண்டுள்ளான் என்ற எண்ணம் மட்டுமே, இறுகிய மனத்தை இலகுவாக்கி மன ஆறுதல் தந்து மன அழுத்தத்தை நீக்க வல்லது. அதுவே மன இறுக்கத்தால் உடல் முழுவதும் பெருகிய நச்சுப் பொருளை முறிக்கும் மாமருந்தாகிறது.

எனவே, இவ்வுலகில் நோயின்றி நலமுடன் நாம் நீண்ட காலம் வாழ, நம் உள்ளத்திலேயே எல்லாம் வல்ல இறைவன் உறைகின்றான் என்ற நம்பிக்கையே மாமருந்து என்கிறார் நல்லாசிரியர் திருவள்ளுவர்...

02

பொறிவாயில் ஐந்தவித்தான் பொய்தீர் ஒழுக்க
நெறிநின்றார் நீடு வாழ்வார்.

Health Is At Its Best...
Only When You Control The Lust...

02. ஐம்புலனடக்கம் அருமருந்து!

ஐம்புலன்களின் வழியாகப் பெருகும் இச்சைகளைக் கட்டுப்படுத்தி உண்மையான ஒழுக்கத்தோடு நாம் இருந்தால் நம் உடலும் மனமும் எப்பொழுதும் பழுதாகாமல் நலமுடன் நீண்டகாலம் வாழலாம்.

கண், வாய், செவி, நாசி, தோல் என்ற ஐந்து உறுப்புகளின் வழியே ஏற்படும் இச்சைகள் முறையே மிதமிஞ்சிய காட்சி, மித மிஞ்சிய உணவு, மிதமிஞ்சிய ஓசை, மிதமிஞ்சிய நுகர்வு மற்றும் மிதமிஞ்சிய புணர்ச்சி ஆகியவை. இன்றைய சூழலில் திரைப்படங்கள், தொலைக் காட்சி, சமூக ஊடகங்கள் என ஒரு நாளில் பல மணி நேரங்கள் கண்ணையும், கருத்தையும் கெடுக்கும் காட்சிகளும், துரித உணவுகள், நொறுக்குத் தீனிகள், இடைவேளையற்ற அளவற்ற உணவுகள் என உடல் நலத்தைக் கெடுக்கும் உணவுப் பழக்கங்களும், நம் உடலிலும் மனதிலும் பல்வேறு பாதிப்புகளை உண்டாக்குகின்றன. இந்த மிதமிஞ்சிய ஆசைகளை அடக்கி அளவோடு இருந்தால் நோயின்றி மகிழ்வுடன் நீண்டகாலம் வாழலாம்.

உலகப் பொதுமறை தந்த உத்தமப் பெரியார் வள்ளுவப் பெருமான், ஐம்புலன்களின் வழி தோன்றும் அளவு கடந்த ஆசைகளைக் கட்டுப்படுத்துவதையே உண்மையான ஒழுக்கம் என்று உறுதியாகக் கூறி, அதுவே உடல்நலம் காக்கும் என்கிறார்.

03

தனக்குவமை இல்லாதான்தாள் சேர்ந்தார்க் கல்லால்
மனக்கவலை மாற்றல் அரிது.

Surrender To The Almighty...
You Are Free From Anxiety...

03. ஒப்புவமையில்லா ஒரு மருந்து!

ஒப்பிடமுடியாத உயர்ந்தவர் என நீங்கள் கருதும் ஒருவரின் அறவாழ்வைப் பின்பற்றி அவரது வழிகாட்டுதல் படி நடப்பதைத் தவிர, தீராத கவலைகளால் துயரப்படும் மனதைத் திசை திருப்புதல் கடினம்.

உடலையும் மனத்தையும் பாதிக்கும் எல்லா நோய்களுக்கும் அடிப்படைக் காரணம் மனக் கவலைகள் தான் என்பதை மருத்துவ உளவியல் ஆய்வுகள் ஆணித்தரமாக உறுதி செய்கின்றன. மனக் கவலைகளுக்கு மருந்தே இல்லை. மனக் கவலை நீக்க மனமே மருந்து. கவலையுற்ற மனத்தை வேறு எண்ணங்களுக்குத் திசை திருப்புவதே மனக்கவலை மாற்ற சிறந்த வழி. வாழ்வியல் மருத்துவர் வள்ளுவப் பெருந்தகை இதற்கு ஒரு எளிய வழியைக் காட்டுகிறார். அந்த எளிய வழி நம் மனதுக்குப் பிடித்த ஒப்பிட முடியாத உயர்ந்தவரின் வாழ்வு நெறிகளைப் பின்பற்றுவது தான். அந்த ஒப்புவமை இல்லாதவர் நம் தாயாகவோ, தந்தையாகவோ, ஆசிரியராகவோ, வாழ்க்கைத் துணையாகவோ, நண்பனாகவோ அல்லது இறைவனாகவோ இருக்கலாம் என்பது நான் அனுபவித்து உணர்ந்த உண்மை. எனக்கு மனக்கவலைகள் ஏற்படும் போதெல்லாம் என் இணை பிரியா மனையாளும், ஈடிணையற்ற என் ஆசிரியப் பெருந்தகையுமே மருந்தாகிறார்கள்.

மருந்துகளே இல்லாத மனக்கவலை நோய்க்கு எளிய மருந்தொன்று தருகிறார் மன நல மருத்துவ மாமேதை வள்ளுவப் பெருந்தகை.

04

மக்கள் மெய்தீண்டல் உடற்கின்பம் மற்றுஅவர்
சொற்கேட்டல் இன்னும் செவிக்கு.

Embracing With Affectionate Love...
Enchants & Heals The Body, Mind & Soul...

04. "மக்கள் மெய் தீண்டல்" எனும் மன மருந்து

கள்ளமில்லா உள்ளத்தோடு குழந்தைகள் நம் உடல் மீது தவழ்ந்து ஏறிக் குதித்து, மிதித்து, உதைத்து விளையாடுவதும், அவர்கள் பேசும் மழலையும், நம் உடல், மனம் இரண்டையும் நெகிழ வைத்து, மகிழ்விக்கும் அருமருந்து போன்றவை. நம் மனச் சோர்வையும் உடல் களைப்பையும் போக்கி நோய்களைத் தடுத்து உடலுக்கு இன்பம் தருவது இதுவே.

பசு தன் கன்றினை நாவால் நக்கி வளர்ப்பது போல, பறவைகள் தம் குஞ்சுகளை சிறகுகளின் கதகதப்புக்குள் வைத்து அரவணைப்பது போல, காட்டு விலங்குகளும் தம் குட்டிகளைக் கொஞ்சி மகிழ்வது போல, நாமும் நம் குழந்தைகளை ஆரத்தழுவிக் கட்டிப் பிடித்து, உச்சி முகர்ந்து, கொஞ்சி மகிழ்ந்து, அன்பு செலுத்துவது நம் உடல் மற்றும் மன நலத்துக்கு உகந்தது. வாழ்வின் நுணுக்கங்கள் அனைத்தையும் நுட்பமாக அறிந்த அறிவுப் பேராசான் வள்ளுவர், மக்கள் என்று இங்கு குறிப்பிடுவது நாம் பெற்ற குழந்தைகள் மட்டுமல்ல, அன்புக்கு ஏங்கும் அனைத்து மக்களுமே என்பது என் 25 ஆண்டு கால மருத்துவ அனுபவத்தில் நான் உணர்ந்த உண்மை. தன் வாழ்க்கைத் துணையும், தான் பெற்ற குழந்தைகளும் கூட பல ஆண்டுகளாகத் தீண்ட அஞ்சிய, அருவருக்கத்தக்க தோற்றம் உடைய தோல் நோயர்கள், ஒரு மருத்துவராக, நான் தொட்டுத் தீண்டி, இது ஒன்றும் தொற்று நோயல்ல என்று அவர்களைக் கட்டித் தழுவும் போது, நெகிழ்ந்து நெக்குருகி, கரைந்து, கதறி அழுது விரைவில் குணமடைவதைக் கண்கூடாக அறிந்தவன் நான்.

மருந்துகளால் செய்ய முடியாத பிணிதீர்க்கும் மகத்துவம், மக்கள் மெய் தீண்டல் தரும் மன ஆறுதலால் சாத்தியமாகும், என்பது மாமேதை வள்ளுவர் அன்றே சொன்ன, இன்றும் மறுக்க முடியாத மருத்துவ உண்மை...

05

புறத்துறுப்பெல்லாம் எவன் செய்யும்? யாக்கை
அகத்துறுப்பு அன்பில் அவர்க்கு.

What Is The Use Of Painting The Face?...
When Your Mind Is Not In Peace?...

05. அன்பில்லையெனில் எது மருந்து?

உள்ளத்தில் அன்பு இல்லாதவர்களின் உடலுக்கும் உயிருக்கும், உடலுக்கு வெளியே உள்ள உறுப்புகளால் என்ன நன்மை என்ற மதிநுட்பமான வினாவினால், உள்ளத்து அன்பின் அதி உன்னதப் பயனை வலியுறுத்துகிறார் வள்ளுவத் தந்தை. அவர் புறத்துறுப்பு என்று இங்கு குறிப்பிடுவது தோலும் அதைச் சார்ந்த துணை உறுப்புகளான முடியும் நகமும் தான்.

உள்ளத்தில் அன்பு பெருகப் பெருக ஆணவம் அழிந்து அமைதி நிலவுகிறது. அமைதியான உள்ளம் அலை பாய்வதில்லை. மன உளைச்சலுக்கு ஆளாவதில்லை. ஆரவாரமற்ற அமைதியான அன்பு நிறைந்த உள்ளமே நலமான தோல் முடி நகமாக வெளிப்படுகிறது. எனவே உள்ளத்தில் அன்பும் அமைதியும் அறவே இன்றி, ஆணவமும், அழுக்காறும், ஆசைகளும் மிகுந்து மனமென்னும் அகம் அழுக்காக இருக்கையில் புற உறுப்புகளான தோல், முடி, நகங்களுக்கு நறுமணப்பூச்சுகளாலும், ஒப்பனைகளாலும் மாயத் தோற்றம் தருவது என்ன பயன் தரும்? என்று அறிவுச் சவுக்கடி வீசுகிறார் அறிஞர்க்கெல்லாம் அறிஞர் வள்ளுவர்.

உடல் உறுப்புகள் அனைத்தும் மற்றும் அவற்றைப் பாதுகாக்கும் புற உறுப்பான தோல், முடி நகமும், நலமாக இருக்க அகத்துறுப்பாகிய உள்ளத்தில் நிலவும் அன்பே அத்தியாவச மானது என்று ஆணித்தரமாக வலியுறுத்துகிறார்.

06

அன்பின் வழியது உயிர்நிலை அஃதிலார்க்கு
என்புதோல் போர்த்த உடம்பு.

Healthy Life Depends On Love Alone...
Otherwise Its Only Skin And Bone...

06. அன்பே உயிர்ப்பிக்கும் மருந்து!

உள்ளத்தில் அன்பு இருப்பவர்களின் உடலில், உயிரானது நிலை பெற்றிருக்கும். உள்ளத்தில் அன்பில்லாதவர்களின் உடல் வெறும் எலும்பின் மேல் தோல் போர்த்திய வெற்றுடல் தான்.

உயிருள்ள உடல் என்பது வாழும் நிலை. உயிரற்ற உடல் என்பது வாழ்வற்ற நிலை. உயிருள்ள வாழும் நிலையை, மேலும் இரண்டு நிலைகளாகப் பிரிக்கிறார் வள்ளுவப் பெருந்தகை. ஒன்று உள்ளத்தில் அன்பு நிறைந்து உயிர்ப்போடும் உடல்நலத்தோடும் வாழும் உன்னத நிலை. மற்றொன்று உள்ளத்தில் அன்பு அறவே இல்லாமல், வெறுப்பும், பொறாமையும், ஆசையும், சினமும், சீற்றமும் நிறைந்து உயிர் இருந்தும் இல்லாத, உடல்நலமற்ற நடைப்பிணம் போன்ற நிலை. மனிதனின் நாடியும், மூச்சும், இதயத்துடிப்பும் அவன் உடலில் உயிர் உள்ளதை உறுதி செய்கின்றன. ஆனால் அந்த உயிர் நிலை பெற்றிருக்குமா, என்பதை அவன் உள்ளத்தில் நிறைந்திருக்கும் அன்பே உறுதி செய்யும். ஒரு உடலில் உயிர் நிலை பெற்றிருக்க வேண்டுமென்றால், அந்த உடல், நலத்தோடு இருத்தல் அவசியம். உடல் நலத்தோடு இருக்க வேண்டுமென்றால் உள்ளத்தில் அன்பு நிறைந்து நிலைத்து இருத்தல் அவசியம். அன்றேல், நலமற்ற வெறும் நடைப்பிணம் தான்.

உள்ளத்தில் அன்புடனும், கருணையுடனும், பாசத்துடனும், நேசத்துடனும் இருப்பதே உயிர்ப்புள்ள உடல்நலத்துக்கான வழி, என்று இந்தப் பேரண்டத்தில் இன்று வரை யாரும் சொல்லாத பேருண்மையைச் சொல்கிறார் பெருஞ்சித்தர் வள்ளுவர்...

07

ஒருமையுள் ஆமைபோல் ஐந்தடக்கல் ஆற்றின்
எழுமையும் ஏமாப் புடைத்து.

Senses Controlled Like A Tortoise...
Ensures Healthy Long Life In Poise...

07. எப்பிறவிக்கும் இது மருந்து!

ஆமை தன் பாதுகாப்புக்காக தலை மற்றும் நான்கு கால்களை ஓட்டுக்குள் உள்ளிழுத்துக் கொள்வது போல, மனிதன் தோல், செவி, நாசி, வாய், கண் ஆகிய ஐம்புலன்களின் வழி தோன்றும் அளவுக்கதிகமான இச்சைகளை அடக்கி, மனத்தை ஒருமுகப்படுத்தினால், அதுவே உடல் நலம் காத்து நீண்ட நெடுங்காலம் நோயின்றி வாழ உதவும்.

ஆமை தேவையில்லாத நேரங்களிலும், இன்னல் வரும் நேரங்களிலும் தன் தலையையும், நான்கு கால்களையும், தனது ஓட்டுக்குள் உள்ளிழுத்துக் கொண்டு பாதுகாப்பாக வாழ்கிறது. தேவைப்படும் போதும், சாதகமான சூழலிலும் தலையையும், நான்கு கால்களையும் வெளியில் நீட்டிக் கொள்கிறது. இதனால் தான் உலகில் நீண்டகாலம் வாழும் உயிரினங்களில் ஒன்றாக ஆமை திகழ்கிறது. அது போல மனிதன் தேவையற்ற நேரங்களிலும் துன்பம் வரும் போதும், ஆசையைத் தூண்டும் ஐந்து உறுப்புகளான தோல், செவி, நாசி, வாய், கண் ஆகியவற்றின் வழி தோன்றும் அளவற்ற இச்சையை அடக்கி, அதில் வெற்றி காணும் ஆற்றல் பெற்று, தன் எண்ணங்களை ஒருமுகப்படுத்தி வாழவேண்டும்.

அவ்வாறு ஐம்புலன்களின் அளவற்ற ஆசையைக் கட்டுப்படுத்தி, ஒழுக்க நெறியில் வாழ்பவர்களை ஒரு நோயும் அண்டாது, என்று அறிவுறுத்துகிறார் அறிவுத் தந்தை வள்ளுவர். அவர்கள் நல்ல உடல் நலத்துடன் நீண்டகாலம் வாழலாம் என்ற உறுதிமொழியும் தருகிறார்.

✺

08

கூற்றம் குதித்தலும் கைகூடும் நோற்றலின்
ஆற்றல் தலைப் பட்டவர்க்கு.

Meditation Imparts Mental Strength...
That Mitigates The Fear Of Death...

08. மரணம் வெல்லும் மருந்து!

மனத்தை ஒருமுகப்படுத்தி தவம் செய்து மன வலிமை பெற்றவர்கள் மரண பயத்தையும் வெல்லும் உடல் நலத்தோடு நீண்டகாலம் வாழலாம்.

மனத்தை ஒருநிலைப்படுத்தி ஆழ்நிலைத் தியானம் செய்யச் செய்ய மனவலிமை பெருகுகிறது. உடலுக்கு நேரும் எல்லாத் துன்பங்களையும் துணிச்சலுடன் எதிர்கொள்ளும் ஆற்றலை மனம் அடைகிறது. அத்தகைய ஆற்றல் பெற்ற மனம், நோய்களைத் தவிர்க்கவும், எதிர்த்துப் போராடவும் உடலுக்குத் துணை புரிகிறது.

முறையான தியானம் உடல், மன ரணங்களை ஆற்ற வல்லது, நோய் எதிர்ப்புச் செல்களின் எண்ணிக்கையை அதிகரிக்கிறது, ஒவ்வொரு நோய் எதிர்ப்புச் செல்லின் ஆற்றலையும் பன்மடங்கு பெருக்குகிறது மற்றும் செல்களின் முதுமையைத் தவிர்க்க வல்லது என்ற உண்மைகளை பாரபட்சமற்ற பல்வேறு பன்னாட்டு ஆய்வு முடிவுகள் ஐயமற உறுதி செய்கின்றன.

தியான பலமே நோயற்ற உடலையும், எதையும் தாங்கும் வலிமையான மனத்தையும் தந்து மரணம் எதிர்கொள்ளும் அச்சமின்றி நீண்டகாலம் மகிழ்ச்சியாக வாழ உதவுகிறது என்று தவ வலிமையின் தன்னிகரற்ற ஆற்றலைப் போற்றுகிறார் தவப் புலவர் திருவள்ளுவர்.

09

வஞ்ச மனத்தான் படிற்றொழுக்கம் பூதங்கள்
ஐந்தும் அகத்தே நகும்.

Senses Play Havoc In A Hypocrite...
Hence Be Righteous To Keep Your Health Bright...

09. நல்லெண்ணமே நன்மருந்து!

நெஞ்சில் வஞ்சகமான எண்ணங்கள் உள்ள, தீய ஒழுக்கம் கொண்டவனின் உடலில் ஐம்புலன்களும், கட்டுக்கடங்காமல் செயல்பட்டு அவனது உடல் நலத்துக்குக் கேடு விளைவிக்கும்.

ஒழுக்கம் என்பது ஒருவரது நடத்தையை விட அவரது மனம் சார்ந்தது என்கிறார் வள்ளுவப் பெருந்தகை. நல்ல எண்ணங்கள் நிறைந்திருப்பது நல்லொழுக்கம்; தீய எண்ணங்கள் மண்டிக் கிடப்பது தீயொழுக்கம். வஞ்சகமான தீய எண்ணங்கள் மனம் முழுவதும் நிறைந்திருக்க, நடத்தையில் நல்லொழுக்கம் உடையவர்கள் போல் வெளிவேடம் போடுகிறவர்களின் உடலில் ஐம்புலன்களும் கட்டுக்கடங்காமல் செயல்பட்டு, ஆசைகளை அளவுக்கதிகமாகத் தூண்டிவிடும். அளவற்ற ஆசைகளால் எண்ணற்ற நோய்கள் உண்டாகும். அவர்கள் உடல் கெட்டழிவது கண்டு ஐம்புலன்களும் தனக்குள்ளே சிரிக்கும். அவர்கள் மனசாட்சியே அவர்களைக் கொன்று விடும். எனவே ஐம்புலன்களும் நம் கட்டுப்பாட்டில் இருந்து, நம் உடல் நலம் சீராக இருக்க, மனத்தில் நல்ல எண்ணங்கள் நிறைந்திருப்பது அவசியம்.

நல்லெண்ணம் கொண்டவர்கள் நோயின்றி நீண்டகாலம் வாழலாம் என்பதை மறைமுகமாகச் சொல்கிறார், மானுட நீதி புகட்டும் மக்கட் புலவர் திருவள்ளுவர்...

10

தன்னைத்தான் காக்கின் சினங்காக்க காவாக்கால்
தன்னையே கொல்லும் சினம்.

Save Yourself; Stay Away From Anger....
Since It Is The Single Major Killer...

10. சினங்காத்தல் சிறந்த மருந்து!

நாம் நம்மை நாமே காத்துக் கொள்ள வேண்டுமெனில், தேவையற்ற, அளவற்ற கோபத்தைக் கட்டுப்படுத்த வேண்டும். கோபத்தைக் கட்டுப்படுத்தாவிடில் அது பல்வேறு நோய்களை உருவாக்கி, உடலுக்குக் கேடு விளைவித்து, நம்மையே அழித்துவிடும்.

கோபம் மிகக் கொடியதொரு குணம். கோபப்படும்போது "அண்ணீரக"ச் சுரப்பிகளிலிருந்து, (Adrenal Glands) "அட்ரினலின்" (Adrenaline) என்ற இயக்குநீர் அளவுக் கதிகமாகச் சுரந்து மூளை, இதயம், சிறுநீரகம் போன்ற முக்கிய உறுப்புகளின் ரத்தநாளங்களைச் சுருங்கச் செய்கிறது. இதனால் உயர் ரத்த அழுத்தம் ஏற்பட்டு, உடல் கெட்டு உயிருக்கும் ஆபத்து விளைகிறது. கோபத்தினால் உண்டாகும் மன உளைச்சலால், உச்சி முதல் பாதம் வரை உள்ள அனைத்து செல்களிலும் "வினைபுரி உயிர்வளியினம்" (Reactive Oxygen Species) என்ற நச்சுப் பொருள் அதிகரிக்கிறது. கோபம் உடலையும், மனத்தையும் மட்டுமின்றி, கோபம் கொள்பவரின் குணத்தையும் கெடுக்கின்றது. உடல் கெட்டு, நோய் வாய்ப்பட்டு, மனம் கெட்டு நிம்மதியிழந்து, குணமும் கெட்டு, சமூகத்தில் அவப்பெயரும் ஏற்பட அளவற்ற சினமே காரணமாகிறது.

ஆகவே தன்னையே அழித்தொழிக்கும் சினம் என்னும் கொடிய அரக்கனை நம்மை நெருங்க விடாமல் காப்பதே, நாம் உடல் நலத்தோடும், மன நலத்தோடும், நற்பெயரோடும் நீண்டகாலம், நிம்மதியாக வாழத் தேவையான முதற்காப்பு என்கிறார் முப்பால் தந்த மூதறிஞர் வள்ளுவர்.

11

சினமென்னும் சேர்ந்தாரைக் கொல்லி இனமென்னும்
ஏமப் புணையைச் சுடும்.

Anger Destroys Everyone Around You Like Fire...
Never Spares Even Your Life's Last Savior...

11. சினமழித்தல் அழிவில்லா மருந்து!

கோபம் என்னும் நெருப்பு தன்னையும் அழித்து, தன் சுற்றத்தையும் அழித்து, வாழ்க்கைக் கடலில் விழுந்து தத்தளிக்கும் போதுத் தப்பிக்க உதவும் உயிர் காக்கும் படகு போன்ற தன் வாழ்க்கைத் துணையையும் எரித்து அழித்து விடும் அபாயகரமானது.

கட்டுக்கடங்காத கோபம் நமக்கு உடல் நலக் கேட்டினை விளைவித்துக் கொன்றழிப்பதோடு மட்டுமல்லாமல், நமது வீட்டிலும், பணி செய்யும் இடத்திலும், காட்டுத் தீ போல் பரவி நம்மைச் சேர்ந்தவர், சார்ந்தவர் அனைவரது மன நலத்தையும், உடல் நலத்தையும் கெடுத்து அவர்களையும் அழிக்கிறது. கோபத்தால் உடலும், மனமும், நற்பெயரும், நன்மதிப்பும் கெட்டு, சுற்றத்தாலும் கைவிடப்பட்டு, நாம் வாழ்க்கைக் கடலில் மூழ்கித் தத்தளிக்கும் போது, ஒரு போதும் விட்டு விலகாமல், உயிர் காக்கும் படகு போல உதவக் கூடிய, உற்ற துணையாகிய, நம் வாழ்க்கைத் துணையையும் கோபம் என்ற அரக்ககுணம் கொன்றழித்து விடும். எனவே நாமும், நம்மைச் சேர்ந்தவர்களும், உயிரிருக்கும் வரை உடனிருக்கும் நம் வாழ்க்கைத் துணையும் நல்ல உடல் நலத்துடனும், மனமகிழ்ச்சியுடனும் நீண்டகாலம் வாழ வேண்டுமெனில், நம்மை அழிக்கும் சினத்தை முதலில் அழிக்க வேண்டும்.

சினத்தை அழிக்காவிடில், யாராலும் காப்பாற்ற முடியாத அவலநிலைக்கு ஆளாகி நாம் அழிந்து போவோம் என்று எச்சரிக்கிறார் வாழ்வியல் ஞானி வள்ளுவப் பெரியார்.

12

நகையும் உவகையும் கொல்லும் சினத்தின்
பகையும் உளவோ பிற.

Is There An Enemy Worse Than Anger?...
That Kills The Hearty Laughter & Healing Pleasure...

12. சினம் கொல்லும் மகிழ் மருந்து!

முக மலர்ச்சியையும், அக மகிழ்ச்சியையும் கொல்லும் கோபத்தை விட ஒருவரது உடல் நலத்துக்குக் கேடு விளைவிப்பது வேறு எதுவும் இல்லை.

வாய் விட்டுச் சிரித்தால் நோய் விட்டுப் போகும். வாய் விட்டு சிரிக்க, மனத்தில் மகிழ்ச்சி நிறைந்து இருக்க வேண்டும். மன மகிழ்ச்சி மனக் கவலைகளை விரட்டி, உடல் சோர்வை நீக்கி, உடலுக்குப் புத்துணர்ச்சி தருகிறது. நோய் எதிர்ப்புத்திறனைப் பெருக்குகிறது. பெரும்பாலான உடல் நோய்கள், மனமகிழ்ச்சி என்ற மாமருந்தால் தாமாகவே குணமாகின்றன. கள்ளங்கபடமின்றி கலகலவெனச் சிரிக்கும் போது தான் 'மகிழ் சுரப்புகள்' (Happy Hormones) நம் உடலில் பேராறாய்ப் பெருகுகின்றன என்பது ஆய்வுகள் சொல்லும் உறுதியான செய்தி. மனத்திற்கும் உடலுக்கும் மருந்தாகும் மகிழ்ச்சியையே கொல்லும் நச்சு போன்றது தான், அளவற்ற, தேவையற்ற கோபம் என்ற சினம். மனமென்னும் மலர் சினமென்னும் தீயில் கருகிச் சாகிறது. மன மகிழ்ச்சியும், முக மலர்ச்சியும் அழிந்தே போகின்றன.

ஆகவே மனமகிழ்ச்சி என்ற மாமருந்தையே முறிக்கும் மிகக் கொடிய நஞ்சாகிய சினத்தை விட உடல் நலத்தைக் கெடுத்து அழிக்கும் எதிரி வேறு யாரும் இல்லை, என்கிறார் மருத்துவர்க்கெல்லாம் மருத்துவர் வள்ளுவர்.

✵

13

புறந்தூய்மை நீரான் அமையும் அகத்தூய்மை வாய்மையால் காணப்படும்.

Water Cleanses The Body; Truth Cleanses The Mind... Wholesome Health, Only Then You Find...

13. வாய்மையெனும் வரமருந்து!

நீரால் சுத்தம் செய்வதன் மூலம் ஒருவரது உடல் தூய்மையானது என்று அறியப்படுவது போல், உண்மை பேசும் குணத்தை வைத்தே அவரது மனமும் தூய்மையானது என்று அறியப்படும்.

உடலின் வெளிப்புறமான தோல், முடி, நகங்களை தினமும் குளித்து சுத்தமாக வைத்திருப்பது மட்டுமே, ஒருவரது உடல் நோயின்றி முழுநலத்துடன் இருப்பதற்கான தேவை அல்ல. பரிபூரண உடல் நலத்துக்கு உடலோடு சேர்த்து மனமும் சுத்தமாக இருத்தல் அவசியம். மனத்தை சுத்தமாக வைத்திருக்க, எந்தவொரு இக்கட்டான சூழ்நிலையிலும், பொய் பேசாமல் உண்மை மட்டுமே பேசி, வாய்மை ஒழுக்கத்தைக் கடைபிடிக்க வேண்டும். தோல், முடி, நகங்களைச் சுத்தமாகவும், பல்வேறு ஒப்பனைகளுடன் அலங்காரமாகவும் வைத்திருந்து, மனம் முழுதும், பொய்யும், புரட்டும், பொறாமையும், வெறுப்பும் ஆகிய அழுக்குகள் மண்டிக் கிடந்தால், உடல் எப்படி நலமாக இருக்கும் என்று வினவுகிறார் வள்ளுவப் பெருமான். அழுக்கேறிய மனம், சுத்தமாகப் பராமரிக்கப் பட்ட உடலையும் பாதித்து விடும்.

ஆகவே உடலில் படியும் அழுக்கைத் தினமும் நீராடிச் சுத்தம் செய்து பராமரிப்பது போல், மனத்தில் மண்டிக் கிடக்கும் அழுக்கை, வாய்மை என்ற நீரால் சுத்தம் செய்து, தூய்மையான உடலையும், தூய்மையான மனத்தையும் ஒருங்கே பராமரித்து வாழ்வதே பரிபூரண உடல் நலம், என்ற அரிய உண்மையை அறிவுறுத்துகிறார் அய்யன் திருவள்ளுவர்.

14

எதிரதாக் காக்கும் அறிவினோர்க்கு இல்லை
அதிர வருவதோர் நோய்.

Never You May Face A Shock From An Illness...
As Long As You Predict, Protect And Act Wise....

14. முன்னெச்சரிக்கையெனும் முதல் மருந்து!

எதிர்காலத்தில் வரும் துன்பங்களை முன்கூட்டியே அறிந்து எச்சரிக்கையுடன் செயல்பட்டு, அவற்றை எதிர்கொள்ளும் தயார் நிலையில் இருப்பவர்களுக்கு, முன்னறிவிப்பின்றி துன்பங்கள் வந்தாலும் பேரதிர்ச்சி எதுவும் ஏற்படாது.

வாழ்வில் இன்பங்கள் பெருகும் போது துன்பங்களும் பெருகுகின்றன. துன்பங்களில், தலையாயதும், வாழ்வைச் சீர்குலைப்பதும் உடல் நோய்கள் தான். எந்த நோயும் எச்சரிக்கையின்றி வருவதில்லை. எல்லாக் கொடிய நோய்களும் ஏதோ ஒரு சிறு அறிகுறியையாவது காட்டுகின்றன. நோய்கள் மற்றும் அவற்றின் ஆரம்ப அறிகுறிகள் குறித்த விழிப்புணர்வு இருந்தால் தான், தாமதமின்றித் தகுந்த மருத்துவம் நாடும் அறிவும், தற்காப்பு மற்றும் தடுப்பு முயற்சிகளை மேற்கொள்ளும் தெளிவும் பெற முடியும். முறையான மருத்துவக் கண்காணிப்பு, குறிப்பிட்ட காலத்துக்கொருமுறை முழு உடல் பரிசோதனை, உடற்பயிற்சி, உணவுக் கட்டுப்பாடு மற்றும் மருத்துவக்காப்பீடு இவையனைத்தும், எதிர்வரும் நோய்களை முன்கூட்டியே, ஆரம்ப நிலையில் அறியவும், நோய் வரும் வாய்ப்புகள் இருப்பின், அவற்றைத் தவிர்க்கவும், தற்காத்துக் கொள்ளவும், தவிர்க்க முடியாத சூழ்நிலையில், அவற்றை எதிர்கொள்ள உடலையும், மனத்தையும், பொருளாதாரத்தையும் தயார் நிலையில் வைத்துக் கொள்ளவும் பெருமளவு உதவுகின்றன.

ஆகவே பட்டுத் தெரிந்து கொள்ளும் முன்னரே கற்றும், கேட்டும் தெரிந்து, தெளிந்து கொள்ளும் அறிவு ஒருவருக்கு இருந்தால், பேரதிர்ச்சி தரக்கூடிய பெரும், கொடிய நோய்களும், அவற்றின் ஆபத்தான பின்விளைவுகளும் நம்மை அண்டாதவாறு பாதுகாத்துக் கொள்ளலாம், என்கிறார் உயிர் காக்கும் குறள் தந்த உன்னதப் பெரும்புலவர் திருவள்ளுவர்.

15

உற்றநோய் நீக்கி உறாஅமை முற்காக்கும்
பெற்றியார் பேணிக் கொளல்.

Possess & Cherish The Dedicated Doctors Who Care....
For They Protect, Prevent & Also Make You Aware...

15. மருத்துவரைப் பேணுதலும் ஒரு மருந்து!

வந்த நோயைக் குணப்படுத்தி, மீண்டும் அந்த நோய் வராமல் அல்லது வருமுன்னர் நம்மைக் காக்கும் திறமை பெற்ற சிறந்த நிபுணர்கள் போற்றிப் பாதுகாக்கப் பட வேண்டும்.

பெரியாரைத் துணைக்கோடல் என்ற அதிகாரத்தில், சமூகத்தின் பல்வேறு அறிஞர்களின் துணை கொண்டு, அவர்கள் அறிவுரைப்படி நடக்க வேண்டும் என்று வழிகாட்டும் வள்ளுவப் பேராசான், உற்ற நோய் நீக்கும் பெற்றியார் என்று குறிப்பிடுவது மருத்துவ நிபுணர்களையன்றி வேறு யாராக இருக்க முடியும்? என்பது ஒரு மருத்துவராய் நான் புரிந்து கொண்ட பொருள். நோயறிந்து, நோய்க்கான காரணங்களை ஆராய்ந்து கண்டுபிடித்து, அதைத் தீர்க்கும் வழிமுறைகளைச் சரியான முறையில் பயன்படுத்தி நோயைக் குணப்படுத்தும் திறமையும், பொறுமையும் பெற்றவர் மருத்துவ நிபுணர். நோயைக் குணப்படுத்துவதோடு மட்டுமல்லாமல், அந்த நோய் மீண்டும் வராமல் தடுக்கும் வழிமுறைகளை நோயாளிக்குக் கற்பித்து, நோய் வருமுன் காக்கும் அறிவைச் சமூகத்தில் மக்கள் தெளிவாகப் பெறுமளவுக்கு நோய் குறித்த விழிப்புணர்வை மக்களிடையே ஏற்படுத்தி மக்கள் நலம் காப்பவரே மிகச் சிறந்த மருத்துவ நிபுணர்.

அப்படிப்பட்ட மிகச் சிறந்த மருத்துவ நிபுணர்கள் மிக அரிதாகவே இருப்பார்கள். அவர்களைத் தேடிக் கண்டுபிடித்து, பேணிப் பாதுகாத்துப் போற்றி வளர்த்தால், மக்கள் நலமும், நாட்டு நலமும் என்றும் சீராக இருக்கும் என்று, இன்று உயிர் காக்கும் மருத்துவர்களைத் தேடிக் கண்டுபிடித்து, அடித்துத் துன்புறுத்தும் காலத்துக்கு ஏற்றவாறு அன்றே ஆணித்தரமாய் அடித்துச் சொல்லியிருக்கிறார் முக்காலமும் உணர்ந்த மூதறிஞர் வள்ளுவர்.

❈

16

உறங்குவது போலும் சாக்காடு உறங்கி
விழிப்பது போலும் பிறப்பு.

Every Night We Die; Every Day We Are Born...
As Naturally As We Sleep At Dusk & Raise At Dawn...

16. உறக்கமெனும் உன்னத மருந்து!

அன்றைய கடமைகள் முடிந்ததும் இரவில் உறங்குவதும், மறுநாள் காலை விழித்துப் புதிதாய் எழுவதும் எவ்வளவு இயல்பானதோ, அவ்வளவு இயல்பானது இறப்பும், பிறப்பும்.

ஒவ்வொரு நாளும் நம் அன்றாடக் கடமைகளை முடித்தபின் நாளின் இறுதியில், இரவின் மடியில் இளைப்பாறி உறங்குகிறோம். உடல் ஓய்ந்து சலனமற்றுக் கிடப்பதால் மட்டுமே உறக்கம் வருவதில்லை. ஐம்புலன்களும் அடங்கி, மனமும் ஓய்ந்து அமைதியுறும் போது தான் ஆழ்ந்த உறக்கம் நம்மை ஆட்கொள்கிறது. உடலும் மனமும் அமைதியுற்று உறங்குவது, என்பது தினமும் நிகழும் மிக இயல்பான "தற்காலிக மரணம்" என்ற பேருண்மையை உணரும் மனப்பக்குவம் நமக்குள் வளர வளர, மரண பயம் மெல்ல மெல்ல நீங்கி, உடலில் உறுதியும், உள்ளத்தில் தெளிவும் ஏற்படுகிறது.

அமைதியான ஆழ்ந்த உறக்கத்தில் இருந்து, ஒவ்வொரு நாளும் காலையில் விழித்தெழும் போது உருவாகும், "இன்று புதிதாய்ப் பிறந்தோம்" என்ற புத்துணர்வு, நோயற்ற உடலையும், கவலையற்ற மனத்தையும் தந்து, அன்றைய கடமைகளைப் புது உத்வேகத்துடனும், மனமகிழ்ச்சியுடனும், முக மலர்ச்சியுடனும் வெற்றிகரமாகச் செய்து முடிக்கத் தூண்டுகிறது. பணிச்சுமையால் அவதியுறாமல் உடலும், எண்ணச்சுமையால் அவதியுறாமல் மனமும், நாள் முழுதும் ஓய்வின்றி உற்சாகமாக இயங்குகின்றன.

எனவே இறப்பும் பிறப்பும், துயில்வதும் துயிலெழுவதும் போல, நாள் தோறும் நிகழும் மிக இயல்பான நிகழ்வுகள் என்ற மிகப் பெரிய, அரிய மெய்ஞான உண்மையை உணர்ந்தால் சீரான உடல் மன நலத்துடன் வாழலாம் என்று வேதங்களும் சொல்லாத வாழ்வின் அடிநாதத்தை, மிக எளிமையாகச் சொல்கிறார் தெய்வப்புலவர் திருவள்ளுவர்.

17

காமம் வெகுளி மயக்கம் இவைமூன்றன்
நாமம் கெடக்கெடும் நோய்.

Desire, Dislike, Delusion Together Lost...
Disasterous Diseases Disappear Almost...

17. ஆசை சினம் அறியாமை அழிக்கும் மருந்து!

பேராசை, சினம், அறியாமை இவை மூன்றையும் ஒழித்தால், உடலில் வரும் எந்த நோயும் ஒழிந்து விடும்.

பேராசையினால் பொறாமையையும், அளவற்ற கோபத்தினால் அனைவரது வெறுப்பையும், அறியாமையினால் அளவற்ற மோகத்தையும் வாழ்வில் தெளிவற்ற மயக்கத்தையும் நாம் அடைவதால், குடும்பத்திலும், சமூகத்திலும் நம் நற்பெயரும், நன்மதிப்பும் கெட்டு எல்லாத் துன்பங்களுக்கும் ஆளாகிறோம். துன்பங்களிலேயே கொடிய துன்பங்களான, உடல் நோய்களுக்கும், மன நோய்களுக்கும், பேராசை, கோபம், அறியாமை இவை மூன்றுமே அடிப்படைக் காரணங்களாகின்றன.

எல்லாம் பெற வேண்டும், எப்படியாவது பெற வேண்டும் என்ற பேராசை மனத்தில் நிறைந்து, ஆசைப்பட்டவை கிடைக்காத போது அது அளவற்ற கோபமாக மாறி, நம்மை அறிவிழக்கச் செய்து அறியாமை மோகம் பெருகச் செய்கிறது. பேராசையும், கோபமும், அறியாமை மோகமும் உடலையும் மனதையும் கெடுத்துத் தீராத கொடிய நோய்களை வரவழைக்கின்றன.

ஆகவே, ஒன்றுக்கொன்று தொடர்புடைய இவை மூன்றையும், ஒன்றாக விட்டொழித்தால் தான், தீராத கொடிய நோய்கள் நம்மை விட்டொழியும் என்கிறார், மெய்ஞானத்தோடு, விஞ்ஞானம் புகட்டி, அஞ்ஞான இருளகற்றும் அருந்தவப் புலவர் வள்ளுவர்.

18

எப்பொருள் யார்யார்வாய் கேட்பினும் அப்பொருள்
மெய்ப்பொருள் காண்பது அறிவு.

It Is Wiser To Extract & Realize Only The Truth...
Of Whatever You Hear From Whomever On Health...

18. அறிவே மருந்து!

ஏதைப் பற்றிய செய்தியாக இருந்தாலும் அதை எவர் கூறக் கேட்டாலும் அது உண்மையானதா? அறிவுக்குப் பொருத்தமானதா? என்று ஆராய்ந்து அதன் பின்னரே அதை ஏற்றுக் கொள்ள வேண்டும்.

மனத்துக்குச் சரி என்று கருதும் எல்லாக் கருத்துக்களையும், செய்திகளையும் எல்லோருக்கும் சொல்வதும், பரப்புவதும், மனிதர்களின் என்றும் மாறாத, தொன்று தொட்ட கெட்ட பழக்கம், இன்றைய சூழலில் சமூக ஊடகங்கள் மூலம் இன்னும் அதிகமாக, அதிவேகமாகத் தொடர்கிறது இந்தப் பழக்கம். ஊடகங்களைத் தாண்டி, வீட்டிலும் வெளியிலும் மூத்தவர்கள், அண்டை வீட்டார், உறவினர், வந்தவர், போனவர், தற்செயலாகச் சந்தித்தவர் என, நாம் கேட்காமலேயே இலவச ஆலோசனை வழங்கும் அனைவரது கருத்துக்களையும் ஆராயாமல், அப்படியே நம்பிப் பின்பற்றும் வினோதப் பழக்கமும் நம்மிடையே உண்டு. இப்படிப் பரவும் கருத்துக்களில் பெரும்பாலானவை உடல் சார்ந்தவை. அதிலும் பல, தகுதியற்ற வணிக நோக்கமுள்ள ஏமாற்றுக்காரர்களால் பரப்பப்படும் உண்மையற்ற அர்த்தமற்ற, அறிவியலுக்குச் சற்றும் பொருந்தாத செய்திகளும், அறியாமை யினாலும், அரைகுறைப் புரிதலாலும் வரும் அறிவுக்குப் பொருத்தமில்லாத, நம்பத்தகாத மாயச்செய்திகளும், மூடக் கருத்துக்களும் தான். இவற்றை நம்புவதும், பின்பற்றுவதும், பரப்புவதும் மிகமிக ஆபத்தானது.

முறையாகக் கற்றறிந்த உண்மையான மருத்துவர்களும், மருத்துவத்துறை சார்ந்த வல்லுநர்களும் மட்டுமே உடல்நலம் மற்றும் மருத்துவம் சார்ந்த கருத்துக்களைச் சொல்லவும், ஊடகங்களில் பதிவிடவும் தகுதி பெற்றவர்கள் என்ற போதிலும், அவர்கள் சொல்லும் அல்லது பதிவிடும் கருத்துக்களையும் கூட உண்மையா? ஆதாரங்கள் இருக்கின்றனவா? நம்பத்தகுந்ததா? என்று சீர்தூக்கிப்பார்த்து, அதன்பின்னர் ஏற்றுக் கொள்வதே உடல் நலம் காக்கத் தேவையான அடிப்படை அறிவு என்கிறார் பொய்யாமொழிப் புலவர் திருவள்ளுவர்.

✵

19

எண்பொருளவாகச் செலச்சொல்லித் தான் பிறர்வாய்
நுண்பொருள் காண்பது அறிவு.

Lucidly Telling The Cure Is A Skill...
After Patiently Listening To The Ill...

19. மருத்துவருக்குத் தேவை இம்மருந்து!

தான் சொல்ல விழைவதை எளிமையாக, மற்றவர்கள் புரிந்து கொள்ளும்படியும், மனதில் பதியும் படியும் சொல்வதோடு மட்டுமல்லாமல், மற்றவர் சொல்வதையும் பொறுமையுடன் கேட்டு அதிலுள்ள நுட்பமான பொருளைக் கண்டறிந்து கொள்ள வேண்டும்.

ஒரு மருத்துவர் அன்றி, யார் சொல்வது எளிதாகப்புரியும் படியும், மனத்தில் பதியும் படியும் இருக்க வேண்டும்? ஒரு நோயாளியைத் தவிர, யார் சொல்வதை ஒரு மருத்துவர் பொறுமையுடன் கேட்டு அதிலுள்ள நுட்பமான பொருளைப் புரிந்து கொள்ளவேண்டும்? ஒரு மருத்துவருக்கும் நோயாளிக்கும் இடையே நடைபெறும் உரையாடல் எப்படி இருக்க வேண்டும் என்பதே இந்த நுட்பமான குறளின் பொருள் என்பது என் திண்ணம். மருத்துவர்கள் பேசும் மொழி பெரும்பாலான பொது மக்களுக்குப் புரிவதில்லை. பெரும்பாலான மருத்துவர்களின் எழுத்தும் புரிவதில்லை. ஒரு மருத்துவர் நோயைப் பற்றியும், நோய்க்கான காரணங்கள் பற்றியும், அதைத் தீர்க்கும் மருத்துவ முறைகள்பற்றியும், நோயைத் தவிர்க்கும் வழிமுறைகள் பற்றியும் மிக எளிமையாக, நோயாளி புரிந்து கொள்ளும் மொழியில், மனதில் பதியும் படிச் சொல்ல வேண்டும். அதற்கு முன்னர், நோய் அறிகுறிகளையும், நோய் பற்றிய விவரங்களையும் நோயாளி சொல்லும் போது அதைப் பொறுமையுடன் கேட்டு அதில் மறைந்திருக்கும் நுட்பமான செய்திகளை உணர்ந்து, நோயையும், அதன் காரணங்களையும், நோயின் தன்மையையும் அறிந்து கொள்ள வேண்டும்.

ஆய்வுக் கூடங்களின் துணையின்றி, நோயாளியின் படுக்கைக்கு அருகிலேயே, மிக எளிய முறைகளால் நோயறியும் திறனை, உலகுக்குப் புகட்டிய மருத்துவ மாமேதை, நவீன மருத்துவத்தின் தந்தை என்று அறியப்படும் சர் வில்லியம் ஆஸ்லர் அவர்கள் சொன்ன "நோயாளி சொல்வதைக் கேள்; தனக்கு என்ன நோய் என்பதை அவரே சொல்கிறார்" என்ற மாபெரும் மருத்துவ உண்மையை 2600 ஆண்டுகளுக்கு முன்னரே சொன்ன வாழ்வியல் சித்தர் வள்ளுவப் பெருந்தகையை விடச் சிறந்தவர் யாரும் உளரோ!

✵

20

வருமுன்னர்க் காவாதான் வாழ்க்கை எரிமுன்னர்
வைத்தூறுபோலக் கெடும்.

Neglected Health Care With No Precautionary Measure...
Is A Huge Loss Like Hay Kept Near Fire...

20. வருமுன்னர் காப்பது வாழ்வுக்கு மருந்து!

பற்றி எரியும் நெருப்பின் முன் இடப்பட்ட வைக்கோல் பதர் முற்றிலும் எரிந்து சாம்பலாவது போல், துன்பம் வருமுன்னரே முன்னெச்சரிக்கையாகத் தன்னைக் காத்துக் கொள்ளாதவர்களின் வாழ்க்கை முற்றிலும் அழிந்துவிடும்.

தீப்பற்றி எரியும் போது, அதனருகில் கவனமின்றி காய்ந்த நெற்பதரை வைத்தால், அது விரைவில், முற்றிலும் எரிந்து ஒன்றும் மிஞ்சாமல் அழிந்து விடும். அது போல, கொள்ளை நோய்கள், உலகம் பரவும் தொற்று நோய்கள் அதிவேகமாக, அதி தீவிரமாகக் காட்டுத் தீ போல் பரவும் போது, நாம் தகுந்த முன்னெச்சரிக்கை நடவடிக்கைகளுடன் பாதுகாப்பாக இல்லாமல், கவனமின்றி அலட்சியத்துடன் இருந்தால், நம் வாழ்க்கையும், பொருளாதாரமும் ஒன்றும் மிஞ்சாமல் முற்றிலும் அழிந்து போகும். தொற்று நோய்கள் பரவும் முன்னரே உடல் சுத்தத்தையும், சுற்றுச்சூழல் சுத்தத்தையும் பேணிப்பாதுகாத்து, நோய் எதிர்ப்புத் திறனை வளர்த்துக் கொள்வதும், தொற்றா நோய்களான நீரிழிவு, உயர் ரத்த அழுத்தம், மிகைக் கொழுப்பு போன்றவை அண்டாதவாறு உடற்பயிற்சியையும், உணவுக் கட்டுப்பாட்டையும் கடைப்பிடிப்பதும், மன அழுத்தம் தவிர்ப்பதும், புற்று நோய் போன்ற உயிர்க்கொல்லி நோய்களின் ஆரம்ப அறிகுறிகளைப் பற்றிய விழிப்புணர்வுடன், அலட்சியப்படுத்தாமல் தக்க நேரத்தில் உரிய மருத்துவம் நாடுவதும் எனத் தற்காப்பு நடவடிக்கைகளை எடுப்பதே உடல் நலம் காப்பதன் அடிப்படை.

நோயைத் தீர்ப்பதை விடத் தடுப்பதே சிறந்தது. உடல் நலத்துக்கு முதற்கண் தேவை முன்னெச்சரிக்கையே! என்று எச்சரிக்கிறார் எத்திசையிலும், எந்நாட்டவர்க்கும், எக்காலத்துக்கும், எத்தகைய துன்பத்திலிருந்தும் காக்கும் இலக்கியம் படைத்த இறைப் புலவர் திருவள்ளுவர்.

21

மனநலம் மன்னுயிர்க்கு ஆக்கம் இனநலம்
எல்லாப் புகழும் தரும்.

Healthy Mind Gets You A Healthy Body...
As Good People Get You All Glory...

21. மனமே மாமருந்து!

நல்ல மனிதர்களுடன் கூடி இருத்தல் நமக்கு எல்லா நன்மைகளும் தருவது போல், மனத்தில் நல்ல எண்ணங்கள் நிறைந்து இருத்தல், நம் உயிரை நிலை பெறச் செய்து நீண்டகாலம் மகிழ்ச்சியுடன் வாழவைக்கும்.

இன்பமோ, துன்பமோ வாழ்வின் எல்லா நிகழ்வுகளிலும் நாம் நாடுவது நல்ல மனிதர்களின் துணைதான். வாழ்வின் எல்லா நிலைகளிலும், ஏற்படும் எல்லா ஏற்ற இறக்கங்களிலும் நல்ல மனம் படைத்த நல்ல மனிதர்கள் நமக்கு ஆதரவாக இருக்கிறார்கள் என்ற நம்பிக்கை, நம்மை நிலை குலையாமல் காத்து, நல்வழி நடத்தி, மன நிறைவைத் தருகிறது. அதுபோல் நம் உடலில் நிகழும் எல்லா நிகழ்வுகளும் நம் மனம் சார்ந்தவையே. மனம் போகும் போக்கிலேயே உடல் செல்கிறது. வீணான குழப்பங்கள், தெளிவற்ற சிந்தனைகள், தவறான எண்ணங்கள், தீராத கவலைகள், நிறைவேறா ஆசைகள், ஆறாத பொறாமை, அடங்காத கோபம் ஆகியவை நம் மனத்தை ஆக்கிரமிக்கும் போது மனநலம் கெடுகிறது. மனநலம் கெடும் போது உடல் நலமும் கெடுகிறது. நம் உடலில் ஏற்படும் மாற்றங்களையும், உடல் நலத்தில் ஏற்படும் ஏற்ற இறக்கங்களையும், சமன்படுத்தி, சீராக்கி நம் உடலை நோய்கள் நெருங்காமல் காத்து நல்வழிப்படுத்துவது நம் மனம் தான். எனவே சீரான மன நலம் தான், சிறப்பான உடல் நலத்துக்கு மருந்து.

உயிரானது நிலை பெறவும், உயர்வு பெறவும், உய்த்துப் பல்லுயிராய் பெருகவும் உன்னதமான மன நலமே துணை என்கிறார் மண்ணில் மனிதர் வாழ மறைநெறி வகுத்த மாமேதை வள்ளுவப் பெருந்தகை.

✻

22

பீலிபெய் சாகாடும் அச்சுஇறும் அப்பண்டம்
சால மிகுத்துப் பெயின்.

Even A Feather, Can Collapse An Overloaded Vehicle...
Ignored Symptoms Can Collapse Life's Axle...

22. ஆரம்ப அறிகுறிகள் ஆருயிர் காக்கும் மருந்து!

மிக மென்மையான, எடை மிகக் குறைவான மயிலிறகாக இருப்பினும், வண்டி சுமக்கும் அளவுக்கு அதிகமாக ஏற்றினால், அது உறுதியான பாரம் சுமக்கும் வண்டியாக இருந்தாலும் அதன் அச்சு முறிந்து விடும்.

அளவுக்கு மீறினால் அமிழ்தும் நஞ்சு என்பது இந்தக் குறளின் மேம்போக்கான பொருள். ஆனால், ஒரு மருத்துவரின் பார்வையில், இதன் உட்பொருள் ஆழ்கடலைக் அகழ்ந்தெடுத்த அமிழ்து போன்றது.

பாரம் சுமக்கும் வண்டியில் ஏற்றப்படும் ஒரு பொருளுக்கு, மிகமெல்லிய, எடைகுறைவான மயிலிறகை உவமையாக ஏன் காட்டுகிறார் வள்ளுவர்? உடல் நோய்கள் பலவற்றுக்கும் ஆரம்ப அறிகுறிகள், மிகச் சிறியதாகவும், முக்கியத்துவம் இல்லாதவை போலவும் தோன்றலாம். அவற்றையே மெல்லிய மயிலிறகோடு ஒப்பிடுகிறார், ஒப்பிலாப் புலவர். மிக மெல்லிய, எடை குறைவான மயிலிறகு தானே என்று அலட்சியமாய், அளவுக்கு அதிகமாக அதை பாரம் சுமக்கும் வண்டியில் ஏற்றினால் அச்சு முறிந்து போகலாம். அது போல, மிகச் சிறிய அறிகுறிகள் தானே என்று தொடர்ந்து அலட்சியப்படுத்தி வந்தால், நோய் ஆரம்ப நிலையில் கண்டறியப் படாமல், முற்றிப் போய், உடல் நலம் கெட்டு உயிரிழக்கும் அபாயம் ஏற்படலாம்.

இந்த அரிய மருத்துவ உண்மையை 2600 வருடங்களுக்கு முன்பாகவே அறிந்து, மனித குலம் உய்வுறப் பதிவு செய்திருக்கிறார், மதிநுட்ப மருத்துவ மாமேதைவள்ளுவப் பெருமான். உயிரைச் சுமக்கும் மனித உடலை, பாரம் சுமக்கும் வண்டிக்கு ஒப்பிட்டுள்ளது இந்தக் குறளின் இன்னுமொரு மருத்துவச் சிறப்பு.

23

இடுக்கண் வருங்கால் நகுக அதனை
அடுத்தூர்வது அஃதொப்பது இல்.

Smiling Away An Illness...
Is The Winning Way To Wellness...

23. "அஞ்சாதே நோய் கண்டு" அதுவே ஒரு மருந்து!

துன்பம் வரும் போது அதற்காக அஞ்சாமல், கலங்காமல் இத்துன்பம் நம்மை என்ன செய்துவிடப் போகிறது? என்று நகைப்பதை விட, அத்துன்பத்தை எதிர்கொண்டு போராடி வெல்லும் ஆற்றல் தருவது வேறொன்றும் இல்லை.

மனிதன் எதிர்கொள்ளும் வாழ்வியல் துன்பங்களில், பெரிதும் மனக் கலக்கத்தையும் அச்சத்தையும் தருவது உடல் நோய் சார்ந்த துன்பங்கள் தான். நோயை எண்ணிக் கலங்குவதால் ஏற்படும் மன அழுத்தம் நோயையும், அதன் தீவிரத்தையும் மேலும் அதிகரிக்கிறது. நோய், அதன் காரணங்கள், அதன் தன்மை, அதைத் தீர்க்கும் முறை ஆகியவற்றைத் தகுந்த மருத்துவரிடம் ஆலோசனை பெற்று, அறிந்து தெளிந்து, இந்நோய் நம்மை என்ன செய்து விடப் போகிறது? என்ற நம்பிக்கையோடு நகைப்பது, மன அழுத்தத்தை அகற்றி நோயை எளிதில் வெல்லும் ஆற்றலைத் தருகிறது. அஞ்சாமல் மன உறுதியுடன், எப்படியும் இதை வெல்வோம் என்ற மனத் தெளிவுடன் நோயை எதிர்கொள்வதைத் தவிர சிறந்த மருந்து வேறெதுவும் இல்லை. எந்த ஒரு நிலையிலும் அதற்கு ஈடான நோய் எதிர்ப்புத் திறன் வேறெதற்கும் இல்லை.

எனவே நோயைக் கண்டு அஞ்சாதே, கலங்காதே; அதை முற்றிலும் உணர்ந்து கொண்டு, இது இவ்வளவு தானா என்று எள்ளி நகையாடு; அதன் பாதிப்புகளிலிருந்து எளிதில் மீண்டு விடலாம் என்று அன்புக் கட்டளையிடுகிறார் ஔடதப் புலவர் திருவள்ளுவர்.

24

குறிப்பிற் குறிப்புணர்வாரை உறுப்பினுள்
யாது கொடுத்தும் கொளல்.

Offer No Less To Retain And Possess...
Astute Diagnosticians Who Are Priceless...

24. குறிப்புணரும் மருத்துவரைக் கொண்டாடுவதும் மருந்து!

முகக் குறிப்புகளைக் கொண்டே அகக் குறிப்புகளைத் துல்லியமாகக் கணிக்கும் திறன் பெற்றோரை, அவர்கள் விரும்பும் பொருள், பதவி என எதைக் கொடுத்தாவது தக்க வைத்துக்கொள்ள வேண்டும்.

முகக் குறிப்புகளாலும், உடல் மொழியாலும் அகக் குறிப்புகளை அறியும் திறன் பெற்றவர் ஒரு மருத்துவரன்றி வேறு யார்? நோயாளியின் நடை, செய்கை, பேச்சு, கவனம், உடல் மொழி, முக பாவனைகள், முகத்தில் தெரியும் வேதனைகள் என ஒவ்வொரு அசைவிலும், ஒவ்வொரு இயக்கத்திலும், ஒவ்வொரு உணர்விலும், நோய் தன் அறிகுறிகளையும் தடயங்களையும் காட்டிக் கொண்டே இருக்கும். மருத்துவ மாணவர்களுக்கு அளிக்கப்படும் நோயறிதல் பயிற்சிகளில் மிக முக்கியமானது, நோயாளியின் ஒவ்வொரு அசைவையும் உற்றுநோக்குவதும், நோயாளியின் உடல் குறிப்புகளை உன்னிப்பாக கவனித்துக் குறிப்பெடுப்பதும் தான். எல்லோராலும் கைவிடப்பட்ட, கண்டுபிடிக்க முடியாத மிக அரிதான, சிக்கலான எந்த நோயையும், நோயாளியின் முக உடல் குறிப்புகளை நிதானமாக, மிகக் கவனமாக உற்று நோக்கும் மருத்துவர் மிகத் துல்லியமாக, மிக விரைவில், மிக எளிதில் கண்டுபிடித்து விடுவார். பல உயிர்கள் காப்பாற்றப்படும். அவரே தலைசிறந்த மருத்துவர் என்று போற்றப் படுவார்.

அத்தகைய செயற்கரிய, சிறந்த நோயறியும் திறன் படைத்த மருத்துவ நிபுணர்களை, மாமேதைகளை எப்பாடு பட்டாவது, எப்பொருள் கொடுத்தாவது, எவ்வளவு உயர்ந்த பதவி கொடுத்தாவது, அவர்கள் நம்மை விட்டு, நம் நாட்டை விட்டு அகன்று விடாமல் தக்க வைத்துக் கொள்வது நோயாளிகளின் நலத்துக்கு மட்டுமல்ல, அந்த நாட்டு நலத்துக்கே நன்மை பயக்க வல்லது என்கிறார் தன் விரிந்தகன்ற விவேகப் பார்வையால் உலகமே வியந்து போற்றும் வித்தகப் புலவர் திருவள்ளுவர்.

25

அடுத்தது காட்டும் பளிங்குபோல் நெஞ்சம்
கடுத்தது காட்டும் முகம்.

External Images Are Seen As A Mirror's Reflection...
Internal Damages Are Shown As Skin Hair & Nail's
Reaction...

25. அகம் காட்டும் மருந்து!

உடலின் வெளித் தோற்றத்தை உள்ளபடிக் காட்டும் கண்ணாடி போல், உடலினுள்ளும், உள்ளத்திலும் ஏற்படும் மாற்றங்களை உள்ளபடி முகம் (தோல், முடி நகம்) காட்டிவிடும்.

வாழ்வு நெறிகளைத் தன் வரிகளில் பிரதிபலிக்கும் வள்ளுவர், இந்தக் குறளில் முகம் என்று குறிப்பிடுவது தோல் முடி நகம் தான் என்பதில் ஐயம் இல்லை. நாணத்தில் கன்னம் சிவப்பதும், கோபத்தில் முகம் முழுதும் சிவப்பதும், மகிழ்ச்சியில் மலர்வதும், கவலையில் கருப்பதும், சோகத்தில் சுருக்கங்கள் தோன்றுவதும், மனநிறைவில், மனத்தெளிவில் அவை நீங்குவதும், வியப்பில் மயிர் கூச்செறிவதும், மன அழுத்தத்தில் முடி உதிர்வதும் என, பல்வேறு தோற்ற மாற்றங்களால் தோலும், முடியும், நகங்களும், உள்ளத்து உணர்வுகள் ஒவ்வொன்றையும், நாம் மறைக்க நினைத்தாலும் முடியாமல், உடனுக்குடன் வெளிப்படையாகக் காட்டி விடுகின்றன. உள்ளத்து உணர்வுகளைப் போல் உடல் நோய்களையும் பல்வேறு அறிகுறிகளாகத் தோலும் முடியும் நகங்களும் காட்டுகின்றன. பெரும்பாலான தோல் முடி நக தோற்ற மாற்றங்கள், உடல் மன நோய்களின் அறிகுறிகள் தான்.

எனவே நாம் மறைத்தாலும், மறந்தாலும், உடல் மன பாதிப்புகளை உடனுக்குடன், மறைக்காமல், மறக்காமல் உள்ளபடி உரைத்து நம்மை எச்சரிக்கும், தோல் முடி நகங்களில் தோன்றும் அறிகுறிகளை அலட்சியப் படுத்தாதீர் என்று பளிங்கு போல் தெளிவாகச் சொல்கிறார் பட்டறிவுப் பாவலர் திருவள்ளுவர்.

26

நோயெல்லாம் நோய்செய்தார் மேலவாம் நோய்செய்யார்
நோயின்மை வேண்டு பவர்.

Do No Harm To Your Body & Mind...

To Say No To Disease Of Any Kind...

26. நமக்கு நாமே மருந்து!

நாம் அடையும் துன்பங்களுக்கு நாம் செய்யும் தீமைகளே காரணம் என்பதால், துன்பமின்றி வாழ, தீமை செய்யாதிருக்க வேண்டும்.

இந்தச் வித்தகக் குறளில், உடல் மன நோய்களையும், வாழ்வியல் துன்பங்களையும், "நோய்" என்ற ஒற்றைச் சொல்லால், இரு பொருள் படக் குறிப்பிடுகிறார், வார்த்தைச் சித்தர் வள்ளுவர். உடல் மன நோய்களுக்கு முதன்மைக் காரணம், உடலுக்கும் மனத்துக்கும் நம்மால் இழைக்கப்படும் தீமைகளே. தீதும் நன்றும் பிறர் தர வாரா. தீமை செய்யாமையே மிகப் பெரிய நன்மை. மிகையான தவறான உணவு, தேவையற்ற அளவற்ற கோபம், உடல் உழைப்பும் உடற்பயிற்சியும் இல்லாமை, அதிக உடல் எடையும் அதில் சற்றும் கவனமின்மையும், தீய பழக்கங்கள் நிறைந்த ஒழுங்கற்ற வாழ்வும், தூக்கம் தவிர்த்தலும், ஊடகங்களில் திளைத்தலும், ஓய்வின்றி உழைத்தலும், உடல்தனை வருத்தலும், மனக்கவலை மாற்றாமல் மன அழுத்தம் அடைதலும், மன உளைச்சலில் உழல்வதும் என, நம்மையறியாமல், நாமே நம் உடலுக்கும் மனத்துக்கும் செய்யும் தீமைகள் எண்ணிலடங்கா. அவையே மேலும், மேலும் நம்மை நோய் வாய்ப்படச் செய்கின்றன.

எனவே நோயின்றி உடல் நலத்தோடு வாழ, நம் உடலுக்கும் மனத்துக்கும், நம்மால் இயன்றவரை, நாமே தீமைகள் செய்யாமல் இருப்பதே பேருதவி என்று நோய் தவிர்க்கும் நுண்ணறிவூட்டுகிறார் நோக்கரிய நுண்மதிப் புலவர் திருவள்ளுவர்.

27

ஏவவும் செய்கலான் தான்தேறான் அவ்வுயிர்
போஒம் அளவுமோர் நோய்.

One Who Neither Listens, Nor Learns By Self...

Neglects Health, Remains Ill All Through Life...

27. விழிப்புணர்வெனும் விலைமதிப்பற்ற மருந்து!

ஆலோசனைகள் கேட்டு அதன்படி நடக்கும் அறிவும் இல்லாமல், தானாகவேப் புரிந்து கொள்ளும் திறனும் இல்லாமல் வாழ்பவர்களது உடலில் உயிர் நீங்கும் வரை நோய்களும், துன்பங்களும் நிறைந்திருக்கும்.

அறியாமை, சமூகத்தில் நிலவும் மிகப் பெரிய நோய். அதிலும் உடல் நலம், சூழல் நலம், பிறர் நலம் குறித்த அறியாமை மிகக் கொடிய நோய். உடல்நலம் குறித்த அறிவு நாம் கற்ற கல்வியின் மூலமாகவோ, பட்டுத் தெளிந்த அனுபவங்களின் மூலமாகவோ தானாகவே வர வேண்டும். அன்றேல் கற்றறிந்த அனுபவமிக்க மருத்துவர்களின் அறிவியல் சான்றுகளுடன் கூடிய ஆலோசனைகள் மூலமாகப் பெறப் பட வேண்டும். உடல் நலம் குறித்த சுய அறிவும் இன்றி, மருத்துவ ஆலோசனைகளைப் பின்பற்றி நடக்கும் அறிவும் இன்றி, எந்த விழிப்புணர்வும் இல்லாமல், தன் உடலுக்கும் மனத்துக்கும் தானேத் தன்னையறியாமல் தீங்குகள் பல விளைவித்து, நோயின் ஆரம்ப அறிகுறிகள் அனைத்தையும் அலட்சியம் செய்து, ஒழுங்கற்று, அறிவற்று வாழ்பவர்களின் உடலில் நோய்கள் பெருகி வளர்ந்து, உயிர் நீங்கும் வரை, அவர்களைத் துன்புறுத்தும்.

இவர்கள் தங்கள் அறியாமையால் தம்மை மட்டுமின்றி, தம் சுற்றத்தாரையும், சமூகத்தையும் துன்பத்துக்கு ஆளாக்கும் நோய் போன்றவர்கள், என்று கடிந்து கொள்ளும் வள்ளுவப்பெருமான், நோயின்றி நல்ல உடல் நலத்தோடு, உயிர் நீங்கும் வரை நிம்மதியாக வாழ, உடல் நலம் குறித்த உண்மை அறிவும், கற்றறிந்த மருத்துவ அறிஞர்களின் ஆலோசனைகளைப் பிறழாமல் பின்பற்றுவதும் அவசியம் என்று பகுத்தறிந்து பறை சாற்றுகிறார்.

✻

28

இலக்கம் உடம்பிடும்பைக் கென்று கலக்கத்தைக்
கையாறாக் கொள்ளாதாம் மேல்.

Human Body Is Anytime The Target For Diseases...
The Fact, If You Realize; You Are Free From Worries...

28. மெய்மை உணர்வது மேன்மருந்து!

மனித உடல் என்றாவது ஒருநாள் நோய்வாய்ப்படுவது இயல்பானது என்ற உண்மையை உணர்ந்தால், எந்த நோய் வந்தாலும் கலங்காமல் எதிர்கொள்ளலாம்.

உயிரைத் தாங்கும் நம் உடல், நம்மாலும், பிறராலும், பல காரணங்களாலும், தொடர்ந்து பல்வேறு துன்பங்களுக்கு ஆளாகிப் போராடி உயிரைக் காக்கிறது. இந்த வாழ்க்கைப் போராட்டத்தில் என்றாவது ஒருநாள் உடல் நோய்வாய்ப் படலாம். எந்த ஒரு உடலும், எந்த ஒரு நோயும் தாக்காதவாறு தடையும், காப்புறுதியும் பெற்றதல்ல. என் உடலை எந்த நோயும் தாக்காது என்று எண்ணுவது பேதைமை. எனவே, பல்வேறு துன்பங்களைத் தாங்கி உயிரைக் காக்கும் உடல், அத்துன்பங்களால் பாதிக்கப்பட்டு நோய்வாய்ப்படுவது மிக இயல்பானது, தவிர்க்க முடியாதது, என்ற உண்மையை உணர்ந்து, எதிர்பார்ப்புடன் உள்ளவர்களுக்கு எந்த நோய் வந்தாலும் பேரதிர்ச்சி இராது. வந்த நோயை எதிர் கொள்ளும் திறனும், மனவலிமையும், நோயை வெல்லும் மன உறுதியும் நம்பிக்கையும் பெருகும். நல்ல உடல் நலத்தோடு இருந்தும், தற்காப்பு நடவடிக்கைகளையும் மீறி நம் உடலை என்றாவது ஒரு நாள், ஏதோவொரு நோய் தாக்கக் கூடும்,

அது ஒரு எதிர்பார்க்கப்பட்ட நிகழ்வு என்ற மனமுதிர்ச்சியும், மன ஆறுதலும் இருந்தால், எதிர்பாராத நோயைக் கண்டு அஞ்சிக் கலங்கிச் செய்வதறியாமல் திகைத்து, நோயை எதிர்கொள்ளும் திறனையும், மனவலிமையும் இழந்து பெருந்துன்பத்துக்கு ஆளாகாமல், எத்தனையோ துன்பங்களை வெற்றியோடு எதிர்கொண்ட நம் உடலை, இந்த நோய் என்ன செய்துவிட முடியும்? என்ற தளராத தன்னம்பிக்கையும், மன உறுதியும் நிறைந்து, நோய் எதிர்ப்புத்திறன் அதிகரித்து, எந்த நோயையும் எளிதில் வெல்லும் ஆற்றல் வளரும் என்கிறார் இந்த மண்ணில் உதித்த மூத்த முதல் மனவளக்கலை மாமேதை திருவள்ளுவர்.

29

கையறி யாமைஉடைத்தே பொருள் கொடுத்து
மெய்யறி யாமை கொளல்.

Its An Idiocy To Knowingly Drain Your Wealth...
Indulging In Vices & Spoiling Your Health...

29. "தீமை அறிந்து தவிர்" அதுவே நன்மை செய் மருந்து!

உடல் நலம் பற்றிய அறிவின்மையால், விஷமென்று தெரிந்தும் விரும்பி, விலை கொடுத்து வாங்கி, உடல் நலக்கேட்டைத் தானே தேடிக்கொள்வதைப் போன்ற செய்வதறியாத சிறுமைச் செயல் வேறெதுவும் இல்லை.

கையறியாமை, மெய்யறியாமை என்ற இரு புதிய சொற்கதிர்களால் உடல்நலம் பற்றிய அறியாமை இருளை விரட்ட விழைகிறார் வள்ளுவர். எதிர்பாராத பெருந்துன்பம் வரும் போது, என்ன செய்வதென்று தெரியாமல் திகைத்து நிற்கும் நிலை கையறுநிலை. உடல்நலத்துக்குக் கேடு விளைவிப்பது என்று தெரிந்தும், தீய பழக்கங்களுக்கு அடிமையாகி, அதற்காகப் பொருளும் கொடுத்து, வறுமையடைந்து, உடலுக்கும், மனத்துக்கும் தீவினை தேடிக் கொள்ளும் அறிவற்ற செயல் "கையறியாமை". மெய்யெனப்படும், நம் உடலைப் பற்றி நாமே அறிந்து கொள்ளாமல், உடல் நலம் பேணுதல் குறித்த விழிப்புணர்வு இல்லாமல் இருப்பதே மெய்யறியாமை. தானாக வரும் உடல் நலக் கேடு நம்மை அறியாமல் வருவது. தானே விரும்பி விலை கொடுத்து வாங்கும் உடல்நலக்கேடு முற்றிலும் கையறியாமையினாலும், மெய்யறியாமையினாலும் வருவது. நோயின்றி உடல் நலத்தோடு நிம்மதியாக வாழ்வதற்காக, நாளும் உழைத்து, ஈட்டிய நற்பொருளை, உடல்நலத்தைக் கெடுப்பதற்காகச் செலவழிப்பது சற்றும் அறிவற்ற செயல்.

எனவே அறிவிழந்து உடலுக்குத் தீங்கான பழக்கங்களுக்கு அடிமையாகியும், உடல் நலம் குறித்த சரியான விழிப்புணர்வின்றி, மருத்துவரல்லாத போலிகளிடம் ஏமாந்தும், பொருளையும், உடல் நலத்தையும், மன நிம்மதியையும் இழந்து துன்புறாமல், உடல் நலம் குறித்த உண்மைகள் அறிந்து, செய்யக் கூடாத சிறுமைச் செயல்களைத் தவிர்த்து ஒழுக்கத்துடன் உடல்நலம் பேணி வாழ்க என்று அறிவுறுத்துகிறார் உலகின் மூத்த தமிழ்க்குடியில் உதித்த முதல் அறிவாசான் திருவள்ளுவர்.

✽

30

இணரூழ்த்தும் நாறா மலரனையர் கற்றது
உணர விரித்துரையா தார்.

One Who Doesn't Explain Lucidly What He Learns...
Is Like A Bunch Of Flowers; But With No Fragrance...

30. விளக்கிச் சொல்லும் மருத்துவரே வித்தக மருந்து!

பல்வேறு நூல்களிலிருந்து தான் கற்றுணர்ந்து சேகரித்த நுட்பமான அறிவைப் பிறருக்குப் புரியும்படி எளிமையாக, விரிவாக, விளக்கிச் சொல்லத் தெரியாதவர்களும், தெரிந்தும் சொல்ல மனம் இல்லாதவர்களும், கொத்துக் கொத்தாக மலர்ந்திருந்தும் மணம் வீசாமல் வெறும் காட்சிப் பொருளாகவே இருக்கும் மலர்களைப் போல் பயனற்றவர்களாவர்.

நலம் காக்கும் நற்பணி செய்யும் மருத்துவர்களுக்காகவே இந்தக் குறளைப் படைத்திருக்கிறார் போலும் நல்லாசான் வள்ளுவர். பல்வேறு மருத்துவ நூல்களில் இருந்தும், பட்டறி வினாலும் தான் கற்றுணர்ந்த மருத்துவ அறிவின் மூலம், நோயைத் துல்லியமாகக் கண்டுபிடித்து, அதற்குத் தகுந்த மருத்துவத்தை அளிப்பதோடு மட்டுமே ஒரு நல்ல மருத்துவரின் கடமை முடிந்து விடுவதல்ல. நோயருக்குப் புரியாத நோயை,

அவருக்குத் தெரியாத நோய்க்கான காரணங்களை, நோயை அலட்சியப்படுத்தினால் ஏற்படும் பின் விளைவுகளை, நோயின் தன்மையை, போக்கை, தீவிரத்தை, தீர்க்கும் மருத்துவ முறைகளை, அவற்றின் பக்க விளைவுகளை, மீண்டும் அதே நோய் வராமல் தவிர்க்கும் வழிமுறைகளை, நோயாளிக்குப் புரியும் படி எளிமைப்படுத்தி, மிகத் தெளிவாக, மிக விரிவாக, படிப்படியாக விளக்கிச் சொல்லும் ஆற்றல் ஒரு மருத்துவருக்கு இருந்தால் தான், நோயருக்கு மருத்துவர் மீதும், மருத்துவ முறை மீதும் நம்பிக்கை ஏற்படும். நோயை வெல்லும் தன்னம்பிக்கை வளரும். நோய் பற்றிய அச்சம் அகலும். எல்லா மலர்களும் அழகானவை. காட்சிக்கும், கருத்துக்கும் விருந்தானவை. ஆனால் மனம் வீசும் மலர்கள் மட்டுமே மனத்தைக் கொள்ளை கொண்டு, மக்கள் அனைவரையும் கவர்ந்து, மனமகிழ்ச்சியோடு அணிந்து கொள்ளவும், மற்றவருக்குச் சூடி மகிழவும் பயன்படுபவை. அது போல, ஏற்கனவே நோயால் வேதனையுறும் போது, இந்த நோய் என்ன, ஏன் வந்தது, இன்னும் என்ன நேருமோ என்ற அச்சத்திலும் குழப்பத்திலும் நோயர் இருந்தால், மருத்துவர் நோயைக் கண்டறிந்து, சரியான முறையான மருத்துவம் அளித்த போதிலும், நோய் குறித்து எளிமையாக, விரிவாகப் பொறுமையாக எடுத்துக் கூறாத போது அச்சமும் குழப்பமும் மேலும் அதிகரித்து, நோய் எதிர்ப்புத்திறனும், நோயை வெல்லும் நம்பிக்கையும் குறைந்து, மருத்துவம் எதிர்பார்த்த பலனளிக்காமல் போகலாம்.

எனவே கற்றுணர்ந்ததை எளிமையாக, விரிவாகப் பொறுமையாக எடுத்துக் கூறுங்கள் என்று மருத்துவர்களுக்கும், அத்தகைய மருத்துவர்களே சிறந்தவர்கள்; அவர்களையே நாடுங்கள் என்று மக்களுக்கும் எடுத்துக் கூறுகிறார், நோய்க் கடலில் தத்தளிக்கும் வாழ்க்கைப் படகைக் கரைசேர்க்கும் கலங்கரை விளக்கமாக வள்ளுவப் பேராசான்.

31

மருந்தென வேண்டாவாம் யாக்கைக்கு அருந்தியது
அற்றது போற்றி உணின்.

Know the gastric emptying time...

Medicines seldom needed for lifetime...

31. செரித்த பின் உண்ணல் சீர்மருந்து!

*மு*ன் உண்ட உணவு முற்றிலும் வயிற்றை விட்டு நீங்கி குடலுக்குள் செல்லும் நேரத்தைக் கணக்கிட்டு அடுத்த உணவை உண்ணும் பழக்கத்தைக் கடைப்பிடித்தால், நம் உடலை நோய்கள் அணுகாது. மருந்துகளும் தேவைப்படாது.

நாம் உண்ணும் உணவு உமிழ் நீரோடு கலந்து உணவுக்குழாய் வழியாக, வயிறு அல்லது இரப்பையை அடைந்து, அங்கு செரிமானத்தின் முதல் முக்கிய அங்கமாக, பல்வேறு வினையூக்கி நொதியங்களும் (Enzymes) அமிலங்களும் (Acids) சேர்த்து கூழாக் கப்பட்டு, முழுமையான செரிமானத்துக்காகவும், ஊட்டச்சத்து மூலக்கூறுகள் பிரித்தெடுக்கப்பட்டு உறிஞ்சிக் கொள்ளப் படுவதற் காகவும், இரைப்பையை விட்டு நீங்கி, சிறு குடலுக்குள் செல்கிறது.

இரைப்பைக்குள் வந்தது முதல் நீங்கிக் குடலுக்குள் செல்லும் வரை, உணவு தங்கும் நேரம், "வயிறு வடி நேரம்" (Gastric

Emptying Time) எனப்படுகிறது. திரவ உணவுக்கு 1 மணி நேரம், திட உணவுக்கு 2 மணி நேரம் என, வயிறு வடி நேரம் உணவின் தன்மைக்கேற்ப 1 முதல் 2 மணி நேரம் என்று கணக்கிடப் பட்டுள்ளது. நவீன மருத்துவ ஆய்வுகளில், சென்ற நூற்றாண்டின் தொடக்கத்தில் தான் கண்டறியப்பட்ட இந்த அரிய மருத்துவ உண்மையை 2600 ஆண்டுகளுக்கு முன்னரே வள்ளுவப் பெருந்தகை தெளிவாக அறிந்து சொல்லியிருப்பது மெய் சிலிர்க்கவைக்கும் வியப்புச்செய்தி. வயிறு முற்றிலும் வெறுமையாகும் முன்னரே அடுத்த உணவை உண்பதால், வயிறு பொருமி, வீங்கி, அமிலச் சுரப்பு அளவுக்கதிகமாகி, நொதியங்கள் சுரப்பு போதாமல், வயிற்றின் உட்சுவர் எரிந்து, புண்ணாகி, செரிமானத்தின் முதல் அடிப்படையே தடைப்பட்டு, உணவு சரியாகக் கூழாக்கப்படாமல் சிறுகுடலுக்குச் சென்று ஊட்டச்சத்துகள் சரிவர உறிஞ்சப்படாமல், மலச் சிக்கல் ஏற்பட்டு எண்ணற்ற இன்னபிற செரிமானக் கோளாறுகள் உருவாகி, ஒட்டுமொத்த இரையகக் குடற் பாதையே நிலை குலைந்து விடுகிறது. இதுவே பெரும்பாலான இரையகக் குடற் பாதை நோய்களுக்கும், அவை தொடர்பான மற்ற உடல் உறுப்பு நோய்களுக்கும் அடிப்படைக் காரணமாகிறது.

எனவே, ஒரு உணவை உண்டபின் குறைந்தது 2 மணி நேரமாவது இடைவெளி விட்டு அடுத்த உணவை உண்ணும் ஒழுக்கக்கட்டுப்பாட்டுடன் வாழ்ந்தால், இரையகக்குடற்பாதை இயக்கமும், செரிமானமும் சீராக நடைபெறும், உடலை நோய்கள் அணுகாது, உணவே மருந்தாகும், வேறு மருந்தெதுவும் தேவையில்லை என்று, இன்றும் நம்மில் பலர் பின்பற்றாத அரிய மருத்துவ உண்மையை, நோய் தவிர்க்கும் உன்னத எளிய வழியை, அன்றே அறிவுறுத்தியுள்ளார் நம் மண்ணில் தோன்றிய மூத்த முதல் மருத்துவர் திருவள்ளுவர்.

32

அற்றால் அளவறிந்து உண்க அஃது உடம்பு
பெற்றான் நெடிதுய்க்கு மாறு.

Eat Only The Required Calories In The Right Measure...
To Preserve Your Precious Health For A Longer
                                            Tenure....

32. அளவறிந்து உண்ணல் அளப்பரிய மருந்து!

*மு*ன் உண்ட உணவு வயிற்றை விட்டு நீங்கி குடலுக்குள் செல்ல ஆகும் கால அளவை அறிந்து, அதற்கேற்ப அடுத்து உண்ணும் உணவின் அளவையும், உணவின் எரிதிறன் அளவையும் கணக்கிட்டு உண்பதே, நோயற்ற நல்லுடலைப் பெற்றவர்கள், அதை நீண்டகாலம் நலமுடன் பராமரித்து வாழும் வழி.

வயிறு வடிநேரம் (Gatsric Emptying Time) அறிந்து அதற்கேற்ப கால இடைவெளி விட்டு அடுத்த உணவை உண்டால் மருந்தே தேவையில்லை என்று மருத்துவ அறம் சொல்லும் வள்ளுவர், அடுத்த குறளில், அதன் தொடர்ச்சியாக, அடுத்து உண்ணும் உணவின் அளவினை அறிந்து உண்டால் நோயின்றி நீண்டகாலம் வாழலாம் என்கிறார். உணவின் அளவு என்பது எடை அளவு மட்டுமல்ல. உணவின்

உண்மையான அளவு அதன் எரிதிறன் (Calory) அளவு. ஒரு கிராம் உணவை எரியூட்டும் போது, உடல் இயக்கத்துக்கு அளிக்கப்படும் ஆற்றல் அளவே உணவின் எரிதிறன் அளவு. 15ம் நூற்றாண்டில் தான் நவீன மருத்துவ ஆய்வுகள் கண்டறிந்து கொண்ட உணவின் எரிதிறன் குறித்த அறிவை 2600 ஆண்டுகளுக்கு முன்னரே வள்ளுவப் பெருந்தகை அறிந்து சொல்லியிருப்பது மயிர் கூச்செரியச் செய்கிறது. கொழுப்பு (Fat) உணவுகளுக்கு மிக அதிகமாகவும், மாச்சத்து (Carbohydrate) உணவுகளுக்கு மிதமாகவும், புரதச்சத்து (Protein) உணவுகளுக்கு குறைவாகவும் என எரிதிறன் அளவு உணவின் தன்மைக்கேற்ப மாறுபடுகிறது. வளரும் குழந்தைகளுக்கும் ஓயாத உடல் உழைப்பாளிகளுக்கும் உணவின் எரிதிறன் அளவு அதிகமாகவும், வயதானவர்களுக்கும், உடல் உழைப்பின்றி அமர்வுப்பணியில் இருப்பவர்களுக்கும் உணவின் எரிதிறன் அளவு குறைவாகவும் தேவைப்படுகிறது. தேவைப்படும் போது எரிதிறன் அளவு குறைவாகும் போது உடல் வலுவிழப்பதும், தேவையில்லாத போது எரிதிறன் அளவு அதிகமாகும் போது உடல் பருமன் கூடுவதும், உடல் நோய்களுக்குக் காரணமாகின்றன. எனவே தான் "அளவறிந்து உண்பதை இந்தக்குறளின் சிறப்பம்சமாகக் குறிப்பிடுகிறார் வள்ளுவப்பெருந்தகை.

வயதுக்கேற்ப, உடல் நிலைக்கேற்ப, உணவின் தன்மைக்கேற்ப, முக்கியமாக தேவைக்கேற்ப, உணவின் எடை அளவையும், எரிதிறன் அளவையும் அறிந்து கணக்கிட்டு உண். அதுவே அரிதான மானிடப் பிறவியில், பரிசாகக் கிடைக்கப் பெற்ற நோயற்ற நல்லுடலை நீண்டகாலம் நோயின்றிப் பாதுகாத்து, பராமரித்துவாழும் வழி என்று அக்கறையுடன் அன்புக்கட்டளை யிடுகிறார் அறிவார்ந்த மருத்துவ ஆசான்வள்ளுவர்.

33

அற்றது அறிந்து கடைப்பிடித்து மாறல்ல
துய்க்க துவரப் பசித்து.

Eat Only After The Stomach Empties & Induces Full
                                                    Hunger...
Enjoy The Right Food In The Right Measure & Live
                                        Healthily Forever...

33. நன்றாகப் பசித்துண்ணல் நலம்குன்றா மருந்து!

முன் உண்ட உணவு வயிற்றை விட்டு நீங்கி, நன்றாகப் பசித்த பின், முரண்பாடற்ற உணவுகளை சுவைத்துண்ணும் பழக்கத்தைக் கடைப்பிடித்து இன்புற்று வாழ்க.

முதலில், உண்ட உணவு வயிற்றை விட்டு நீங்கியதை உணர்ந்து அடுத்த உணவை உண். அடுத்து, அதன் எரிதிறன் அளவை உணர்ந்து அளவோடு உண். என்று உணவு முறை ஒழுக்க விதிகளை ஒவ்வொன்றாகக் கற்பிக்கும் வள்ளுவப் பெருமான், மூன்றாவது விதியாக, நன்றாகப் பசித்த பின்னரே உண், என்கிறார். வயிற்றில் உணவு இல்லாத போது, வயிற்றுச் சுவரில் உள்ள உணர்வு ஏற்பிகள் (Sensory Receptors) மூளைக்குத் தகவலனுப்பி, மூளையின் கட்டளைக்கேற்ப பசி உணர்வு தூண்டப்பட்டு, உமிழ்நீரும், செரிமான அமிலங்களும், நொதியங்களும் சுரக்கத் தொடங்கி, உடலின் இரையகக் குடற்பாதை செரிமானத்துக்குத் தயாராகிறது. அதே போல், வயிற்றில் உணவு நிறைந்திருக்கும் போது மூளைக்குத் தகவல் சென்று, பசி உணர்வு மறக்கப்பட்டு இரையகக் குடற்பாதை செரிமானத்துக்குத் தயாராகாமல் இருக்கிறது. எனவே நன்றாகப் பசித்தபின், சுவைத்து உமிழ் நீரோடு கலந்து உண்ணும் போது, உணவு எளிதில் சீராகச் செரித்து, பல்வேறு மூலக்கூறுகளாக, ஊட்டச்சத்துக்களாக ஒழுங்காகப் பகுக்கப்பட்டு, உடலுக்குத் தேவையான அனைத்தும், தேவையான அளவில், தேவையான சமன் நிலையில் கிடைத்து உடல் நோயின்றி நலமோடு விளங்குகிறது.

நன்றாகப் பசித்து, ரசித்து, ருசித்து, முரண்பாடற்ற, முறையான உணவை, சரியான அளவில் உண்ணும் நல்ல பழக்கத்தைக் கடைபிடித்தால் நோயின்றி நலமோடு நீண்டகாலம் இன்புற்று வாழலாம் என்கிறார் மூத்த முதல் உடலியங்கியல் மருத்துவ மாமேதை திருவள்ளுவர்.

34

மாறுபாடு இல்லாத உண்டி மறுத்துண்ணின்
ஊறுபாடு இல்லை உயிர்க்கு.

Food With All Tastes & Balanced...
Flawless Healthy Life Assured...

34. அளவு மீறா அறுசுவையும் அருமருந்து!

ஒவ்வாமை இல்லாத, நமக்கேற்ற விருப்ப உணவாயினும், ஒரே சுவை உள்ள உணவையே அளவுக்கு மீறி உண்ணாமல், அளவு கூடும்போது, போதும் என்று மறுத்து, பல்சுவை உணவையும் அளவோடு உண்டால், உயிர்களுக்கு, நோயினால் எத்துன்பமும் இல்லை.

ஒன்றுக்கொன்று ஒவ்வாமை ஏற்படுத்தாத, நம் உடல் நிலைக்கும், காலநிலைக்கும், வயதுக்கும் ஏற்ற, நமக்கு மிகவும் பிடித்த உணவாக இருப்பினும், இச்சையை அடக்க முடியாமல், வரம்பு மீறி உண்ணாமல், அளவோடு போதும் என்று மறுக்கும் மன உறுதியும், நாவுக் கட்டுப்பாடும் இருந்தால், உயிர் உள்ளவரை நோய்த் துன்பம் இல்லை என்பது இந்தக் குறளின் நேரடியான பொருள். இதில் மறைந்திருக்கும் மற்றொரு உட்பொருள் தான் வள்ளுவப் பேராசானின்

மதிநுட்பம். "உண்டி" எனப்படும் சமைக்கப்பட்ட உணவில் இனிப்பு, கசப்பு, உவர்ப்பு, புளிப்பு, கார்ப்பு, துவர்ப்பு என ஆறுசுவைகள் உள்ளன. ஆறு சுவைகளும் சேர்ந்த அறுசுவை விருந்துணவு "பேருண்டி" எனவும், ஒன்றுக்கு மேற்பட்ட சில சுவைகள் சேர்ந்த சில்சுவை உணவு "சிற்றுண்டி" எனவும் வழங்கப்படுகிறது. ஆக உண்டி, சிற்றுண்டியாக இருப்பினும், பேருண்டியாக இருப்பினும் ஒன்றுக்கு மேற்பட்ட சுவைகள் சேர்ந்தது. ஒவ்வொரு சுவையிலும் ஒவ்வொரு ஊட்டச்சத்து நிறைந்துள்ளது. இனிப்புணவையே தொடர்ந்து விரும்பி உண்ணுதல் உடல் பருமனுக்கும், கார்ப்புணவையே தொடர்ந்து விரும்பி உண்ணுதல் மிகை அமில நோய்க்கும் காரணமாவது போல், ஒரே சுவை உள்ள உணவையே தொடர்ந்து விரும்பி உண்ணுதல் பல்வேறு நோய்களுக்குக் காரணமாகலாம். மேலும், இனிப்பும், கார்ப்பும் போல், உவர்ப்பும் புளிப்பும் போல், கசப்பும் துவர்ப்பும் போல் சுவைகள், ஒன்று கூடினால் மற்றொன்று சமன் செய்யக் கூடியவை. ஒரே சுவை உணவைவிட, உணவின் பல்சுவைகள், சுவை அரும்புகளில் (Taste Buds) உள்ள சுவை ஏற்பிகள் (Taste Receptors) வழியாக மூளைக்குத் தகவல் சொல்லி, ஒவ்வொரு சுவையிலும் உள்ள ஊட்டச்சத்துகளைப் பிரித்தெடுக்கும் நொதியங்களையும், இயக்குநீர்களையும் சுரப்பதற்கான தயார் நிலையில் வைக்கின்றன.

எனவே வயிறு வெறுமையான பின் உண், அளவோடு உண், நன்றாகப் பசித்த பின் உண். என உணவு முறை ஒழுக்க விதிகளை ஒவ்வொன்றாக வரிசைப்படுத்தும் வள்ளுவப் பெருமான், நான்காம் விதியாக, ஏற்புடைய உணவாயினும் எல்லாச்சுவையும் கலந்து சமச்சீராக உண். அவ்வாறு செய்தால், உணவினால் எந்த நோய்த்துன்பமும் இன்றி நலமோடு வாழலாம் என்று சுவைபடச்சொல்கிறார்.

35

இழிவறிந்து உண்பான்கண் இன்பம்போல் நிற்கும்
கழி பேரிரையான்கண் நோய்.

Binge Eating Of Junk Food Brings All Illnesses...
But Eating What The Body Needs Bestows All
                                    Happiness...

35. பெருந்தீனி தவிர்த்தல் பிறவிப் பெருமருந்து!

தன் உடல்நலக்குறைவையும், ஊட்டச்சத்துக்குறைவையும் உணர்ந்து, அகற்கேற்பத் தேவையான நல்லுணவை அளவோடு உண்பவர்கள் உடலில் நலமும், வாழ்வில் இன்பமும் நிலைத்திருப்பது போல், உடல் நலக்கேட்டை விளைவிக்கும் ஊட்டச்சத்தில்லாத குப்பை உணவுகளை, (Junk Food) மிக அதிக அளவில் மோக வெறியுடன் தின்று கொழுப்பவர்களின் உடலில் நோயும், வாழ்வில் துன்பமும் மட்டுமே நிலைத்திருக்கும்.

மனித குலத்தின் நல்வாழ்வுக்கு இன்றியமையாத இக்குறளில், "இழிவறிந்து" என்ற சொல்லுக்கு, உண்ட உணவு செரித்துக் கழிவாக நீங்கியதை அறிந்து, உணவின் அளவைக் குறைத்து உண்பது என்று பொருளுரைகள் கூறப்பட்டிருந்தாலும், வாழ்வியல் மருத்துவ மாமேதை வள்ளுவப் பெருந்தகை சுட்டிக் காட்டும் நுட்பமான பொருள் முற்றிலும் வேறு. இழிவு என்ற சொல் இங்கு தாழ்வு அல்லது குறைவு (Deficiency) என்ற பொருளில் விளங்குகிறது. நீரிழிவு, உயர் ரத்த அழுத்தம், மிகைக்கொழுப்பு போன்ற பல உடல் நலக்

குறைபாடுகளை அறிந்து, அவற்றுக்கு ஒவ்வாத உணவுகளைத் தவிர்த்தும், இரும்புச்சத்து, கால்சியம், புரதம், உயிர்ச்சத்து (Vitamin) போன்ற ஊட்டச்சத்துப் பற்றாக்குறைகளை உணர்ந்து, அவற்றை சமன்செய்யும் உணவுகளைச் சேர்த்தும், உணவில் அக்கறை செலுத்துவதையே "இழிவறிந்து உண்ணல்" என்கிறார் வள்ளுவ அண்ணல். அவ்வாறு உண்பவர்கள் உடலில் மருந்துகள் இல்லாமலே நலம் நிலவும். அவர்கள் வாழ்வில் என்றென்றும் இன்பம் நிலைத்திருக்கும்.

வள்ளுவர் வடித்த மற்றொரு மகத்தான சொற்செண்டான," கழி பேர் இரை" மிகப் பெரிய அளவு உணவு என்றே பொருள் கூறப்பட்டிருக்கிறது. ஆனால் ஏற்கனவே உணவின் அளவு மிகுதியின் அபாயத்தை உறுதிபட உரைத்துள்ள உலகப்பேராசான், இங்கு "கழி" என்று குறிப்பிடுவது, உடல்நலக் கேட்டை விளைவிக்கும், ஊட்டச்சத்து ஏதுமற்ற, ஒவ்வாத குப்பை உணவுகளைத்தான் என்று நான் கருதுகிறேன். இன்று உடல் பருமன் (Obesity) என்ற உலகநோய் அரக்கனின் அன்னையாக விளங்கும், வெறும் சர்க்கரையும் மாவும் (Carbohydrates) கலந்த, நாக்கை அடிமைப் படுத்தும்

வேதிப்பொருட்களாலான ருசிப்பான்கள் (Taste Enhancers) சேர்க்கப்பட்ட புல்லுருவிகள் போல் ஊடுருவி உலகெங்கும் உடல் நலத்தை சீரழிக்கும் குப்பை உணவுகளை (Junk Food) அதிக அளவில் உண்ணுவதையே "கழிபேர் இரை" (Binge Eating Of Junk Food) என்று அன்றே குறிப்பிட்டுள்ளார் முக்காலமும் உணர்ந்த மூதறிஞர் திருவள்ளுவர். வெறும் ருசிக்காக குப்பை உணவுகளை மிதமிஞ்சி உண்பவர்களைப் "பெருந்தீனி தின்பவர்கள்" என்றும் சாட்டையடி வீசுகிறார் வள்ளுவர்.

எனவே தேவையான ஊட்டச்சத்து உணவுகளை அளவோடு உண்டால் உடல்நலமும் இன்பமும் நிலைக்கும், தேவையற்ற குப்பை உணவுகளை மிதமிஞ்சி உண்டால், நோயும் துன்பமுமே நிலைக்கும் என்று உணவுமுறை ஒழுக்கவிதியின் ஐந்தாம் விதியை ஐயமற விளக்குகிறார் அய்யன் திருவள்ளுவர்.

36

நோய்நாடி நோய்முதல் நாடி அதுதணிக்கும்
வாய்நாடி வாய்ப்பச்செயல்.

Seek The Diagnosis; Search For The Causes...
Apply Suitable Remedies That Could Alleviate
                              The Illnesses...

36. நோய், முதல், தீர்வு நுண்ணறிந்து வழங்குதலே மருந்து!

முதலில் என்ன நோய் என்று ஆராய்ந்து தெளிந்து, அதன்பின் நோய்க்கான காரணங்களை ஆராய்ந்து தெளிந்து, அவற்றைப் படிப்படியாகக் குறைக்கும் மருத்துவ வழி முறைகளைத் தேர்ந்தெடுத்து, அவை நோயாளிக்குத் தகுந்த படியும், பொருந்தும் படியும் வழங்குவதே ஒரு நல்ல மருத்துவருக்கான செயல் விதிகள்.

ஒரு மருத்துவர், நோய் அறிகுறிகளை வைத்தும், தான் கற்றறிந்த மருத்துவ நுண்ணறிவின் மூலமும், தேவைப்படும் போது ஆய்வகச் சோதனைகள் மூலமும், பட்டறிந்த அனுபவ அறிவின் மூலமும் நோயைத் துல்லியமாகக் கண்டுபிடித்து, புரியும் படி எளிமையாக விளக்கிச் சொல்லி, நோய் என்னவென்றே தெரியாமல் திகைக்கும் நோயாளியை முதலில் தெளிவுறச் செய்ய வேண்டும்.

எந்த நோயும் காரணமின்றி வருவதில்லை. காரணமறியா நோயெனச் சொல்லி அலட்சியப்படுத்தும் மருத்துவர் ஒரு அறிவிலி (Idiot), காரணம் தெரியாமல் திகைக்கும் நோயாளி பரிதாபத்திற்குரியவர் (Pathetic) என்று காரணம் கண்டுபிடிக்க முயற்சி செய்யாமல், "காரணமறியா நோய்" (Idiopathic Disease) என்று முத்திரையிடுவது குறித்து, நகைச்சுவையாகச் செல்வார் என்னை உருவாக்கிய குருநாதர் பேராசிரியர்க்கெல்லாம் பேராசிரியர் பேட்ரிக் யேசுடியான் அவர்கள். மறைந்திருக்கும் காரணங்களை, நோயாளியுடன் உரையாடி, மிகக் கவனமாக நோயாளியின் ஒவ்வொரு அசைவையும், பழக்கங்களையும், பணியிட நிகழ்வுகளையும், அலசி ஆராய்ந்து, ஒரு துப்பறி வாளன் போல், எப்பாடு பட்டாவது கண்டுபிடிக்க வேண்டியது ஒரு மருத்துவரின் இன்றியமையாத, தலையாயக் கடமை. காரணங்களைக் கண்டுபிடித்து நீக்கினால் மருந்துகள் இல்லாமலே, நோய்கள் தாமாகவே நீங்கி விடும். காரணங்களை நீக்கும் வழிமுறைகளையும், அதன் பின் நோயைப் படிப்படியாகத் தணிக்கும் வழிமுறைகளையும் மருத்துவர் கண்டுபிடித்து அவற்றுள், நோயாளியின் உடல் நிலைக்கும், மனநிலைக்கும், பொருளாதார நிலைக்கும், பணிச் சூழலுக்கும், ஏற்றவற்றைத் தேர்ந்தெடுத்து, அவற்றை நோயாளி எளிமையாகப் பின்பற்றும் வகையிலும், தெரிந்தவரை

ஒவ்வாமைகள் ஏதும் ஏற்படாதவாறும், புரியும்படித் தெளிவாக எடுத்துக் கூறி வழங்கவேண்டும். இதை மிக அழகாக 'வாய்ப்பச் செயல்' என்று இரண்டே சொற்களில் வடிக்கிறார் வள்ளுவப் பேராசான்.

ஒரு மருத்துவர், குறைந்தது பத்தாண்டுகள், நுட்பமாகக் கற்றுணர்ந்தும், அதன்பின் குறைந்தது இருபது ஆண்டுகளாவது மருத்துவராகப் பணியாற்றிய அனுபவ அறிவும் பெற்றால் கூடத் தெளிந்து கொள்ள முடியாத பண்பட்ட மருத்துவ ஒழுக்க நெறிமுறை விதிகளை ஒன்றே முக்கால் அடியில் ஏழே வார்த்தைகளில், 2600 ஆண்டுகளுக்கு முன்னரே மிகத் தெளிவாக வகுத்துள்ளார் உலகின் ஒவ்வொரு மருத்துவரும் போற்றி வணங்கத்தக்க வள்ளுவப் பேராசிரியர்.

37

உற்றான் அளவும் பிணியளவும் காலமும்
கற்றான் கருதிச் செயல்.

Patient Parameters, Disease Severity & Intervening Timely...
Precisely Direct A Learned Doctor To Act Wisely...

37. நோயர், நோய், காலம் குறித்த அறிவே நுண்மருந்து!

கற்றுணர்ந்து தேர்ந்த மருத்துவன், நோயாளி குறித்த முழுவிவரங்களையும், நோயின் கடுமையையும், நோயை அணுக வேண்டிய காலத்தையும் கவனமாகக் கருத்தில் கொண்டு, அறிவார்ந்து செயல்பட வேண்டும்.

முதலாவதாக, நோயரின் இனம், பாலினம், வயது, உடல் எடை, உயரம், பருமன், உடல்நிலை, மனநிலை இவையனைத்தையும் பொருத்தே நோயும், நோயின் தன்மையும், மருத்துவ முறைகளும், மருந்துகளும், மருந்துகளின் தன்மையும், வடிவமும், அளவும் மாறுபடுகின்றன. உதாரணமாக, ஒரே நோய்க்கு, ஒரே உடல் எடையுள்ள ஒரு ஐரோப்பியருக்குத் தேவைப்படும் மருந்து அளவில் பாதி தான் அதே நோய்க்கு அதே உடல் எடையுள்ள ஒரு இந்தியருக்குத் தேவைப்படுகிறது. இரண்டாவதாக, நோயின் கடுமையையும், தீவிரத் தன்மை

யையும் அல்லது எளிமையையும் நீடித்த தன்மையையும் பொருத்தே மருந்துகளும், அவற்றின் வகைகளும், தன்மையும், வீரியமும் அமைகின்றன. உதாரணமாக, நோயும் நோயின் ரணமும் அதி தீவிரமாகப் பரவிக் காட்டுத் தீ போல் உடலை அழிக்க முற்படும் போது, உயிர் காக்கும் மருந்துகளாக உதவும் ஸ்டீராய்டுகள், தாமாகவே குணமாகி விடும் சாதாரணக் காய்ச்சலுக்கும், நீடித்த தோல் நோய்களுக்கும், தேவையின்றித் தவறாகப் பயன்படுத்தப்படும் போது, மிக மோசமான பக்க விளைவுகளை ஏற்படுத்துகின்றன. அதே போல் மருந்தே தேவைப்படாமல், கண்காணிப்பு மட்டுமே தேவைப்படும் நோய்களும், தீவிரக் கண்காணிப்புடன், மிக அதிக அளவில் எண்ணற்ற மருந்துகள் தேவைப்படும் சில நோய்களும் உள்ளன. மூன்றாவதும், மிக முக்கியமானதும், நோயை அணுக வேண்டிய காலம். சட்டென உயிரை மாய்த்து விடும் மாரடைப்பு, பக்கவாதம் போன்ற தீவிர நோய்களில், சற்றும் காலம் தாழ்த்தாமல், சிட்டெனப் பறந்து விரைந்து, எவ்வளவு விரைவாக மருத்துவ உதவி அளிக்கப்படுகிறதோ, அவ்வளவு உயர்ந்த விகிதத்தில் உயிர் காக்கப்படுகிறது. பாதிக்கப்பட்ட நேரம் முதல், தீவிரக் கண்காணிப்புப் பிரிவுக்குள் நுழையும் வரை தாமதிக்காத ஒவ்வொரு நொடியும் மிக முக்கியம் என்பதால், உயிர் தங்கும் நேரத்தை தீர்மானிப்பதால் "தங்க நேரம்" (Golden Hour) எனப்படுகிறது. சில நோய்களை, அவசரப்படாமல், பொறுமையாக, அதே நேரத்தில் எல்லா மருத்துவ உபகரணங்களுடனும், மருந்துகளுடனும், தயாராக, "விழிப்புடன் கூடிய எதிர்பார்ப்புடனும், பக்குவப்பட்ட பொறுமையுடன் காத்திருப்பதும்" (Watchful Expectancy And Masterly Inactivity) மிக முக்கியமாகிறது.

எனவே, மருத்துவப்பணியின் மிக முக்கிய அம்சங்களான இவை மூன்றையும், மிகக் கவனமாகக் கருத்தில் கொண்டு, பல்வேறு மருத்துவ நூல்களிலிருந்தும், மருத்துவப் பேராசான்களிடம் முறையாக, முழுமையாகக் கற்றுணர்ந்த நுண்ணறிவின் துணையுடன், பிழையற, ஐயமற, அறம் வழுவாது உயிர் காக்கும் மருத்துவப் பணியில் செயல் பட வேண்டும் என்று, ஒரு மருத்துவனுக்கான ஒழுக்க நெறிமுறை விதிகளில் இரண்டாம் விதியாக, 2000 ஆண்டுகளுக்கு முன்பே முக்காலமும் முன்பே முற்றுமுணர்ந்த இறைமொழியார் திருவள்ளுவர் இறுதியிட்டுச் சொல்கிறார்.

38

உற்றவன், தீர்ப்பான், மருந்து, உழைச்செல்வான் என்று
அப்பால்நாற் கூற்றே மருந்து.

The Diseased, The Doctor, The Drugs & The Dedicated Nursing...
The Four Main Aspects With Equal Responsibilities In Medicine...

38. நோயர், மருத்துவர், செவிலியர், மருந்தாளுநர் நால்வரும் இணைந்தலே நலம் தரும் மருந்து!

நோயர், மருத்துவர், மருந்துகள், நோயருக்கும், மருத்து வருக்கும் உடனிருந்து உதவுபவர் என நான்கு பொறுப்புள்ள அம்சங்களும், சம பங்கில், தத்தம் கடமையைச் செவ்வனே செய்வதே, நலம் தரும் மருத்துவம்.

நோயுற்றவர் விழிப்புணர்வுடன், நோயறிகுறிகளை அலட்சியப் படுத்தாமல், தாமதமின்றி, தகுந்த மருத்துவரை அணுகி, நோயையும், காரணங்களையும் பற்றித் தெளிந்து, அச்சமின்றி, நம்பிக்கையுடன், மருத்துவ அறிவுரைகளையும், மருந்துகளையும் தவறாமல் பின்பற்றி, நோய் தீரும் வரை முழு ஒத்துழைப்பு நல்க வேண்டியது முதல் அம்சம்.

மருத்துவர், நோய் அறிகுறிகளைப் பொறுமையாகக் கவன மாகக் கேட்டு, தேவையான போது ஆய்வகப் பரிசோதனைகள் செய்து, தன் நுண்ணறிவால் நோயையும் காரணங்களையும் துல்லியமாகக் கண்டுபிடித்து, அதை எளிமையாகத் தெளிவாக

நோயாளின் அச்சம் நீங்க எடுத்துரைத்து, தகுந்த மருந்துகளையும், மருத்துவ முறைகளையும் தேர்ந்தெடுத்து நோயருக்குப் பொருந்தும் வகையில் அளித்து, நோய் தவிர்க்கும் முறைகளைக் கற்பித்து, அன்புடனும், அக்கறையுடனும், நோய் தீர்க்க முயல்வது இரண்டாவது இன்றியமையாத அம்சம்.

மருந்துகள், தரமானவையாகவும், ஆற்றல் மிக்கவையாகவும், பக்க விளைவுகளும் ஒவ்வாமையும் அற்றவையாகவும், எளிதில் ஏற்றுக் கொள்ளத் தக்கவையாகவும், நோயாளின் வாங்கும் திறனுக்கேற்ப விலை குறைந்தவையாகவும் அமைதல் மூன்றாவது முக்கிய அம்சம்.

நோயருக்கும், மருத்துவருக்கும் அருகில் இருந்து உதவும் செவிலியரோ (Nurse), மருத்துவப் பணியாளரோ (Paramedical Assistants), நோயாளின் தாயோ, தந்தையோ, மனைவியோ, மக்களோ, உயிர் நண்பனோ (Dedicated Attenders) குறித்த நேரத்தில் உணவும், மருந்துகளும் கொடுத்து, கண்ணுறங்காமல் விழித்திருந்து கண்காணித்து, அர்ப்பணிப்பு உணர்வோடு, அருவருப்பின்றி, நோயாளின், கழிவுகளகற்றி, குளிப்பாட்டி, அரவணைத்து ஆறுதல் அளித்து, நோய் தீரும் வரை உடனிருந்து பொறுமையுடன் சேவை செய்வது நான்காவது அம்சம்.

இந்த நான்கு மிக முக்கிய அம்சங்களும், தத்தம் கடமைகளை நேர்மையாக, அர்ப்பணிப்பு உணர்வோடு, துல்லியமாக, சரிவர, ஒருங்கிணைந்து சிறப்பாகச் செய்வதே நலம் தரும் நல்ல மருத்துவமாக அமைகிறது.

எனவே, பிணி தீர்க்கும் பணி, தனியொருவரின் முயற்சியோ, செயலோ, வெற்றியோ, சாதனையோ அல்ல; நோயுற்றவர், நோய் தீர்க்கும் மருத்துவர், நோய் தீர்க்க உதவும் மருந்துகள், நோயருக்கும், மருத்துவருக்கும் உறுதுணையாக இருப்பவர் என நான்கு முக்கிய பொறுப்புள்ள அம்சங்கள் (Responsible Facets) ஒருங்கிணைந்து செயல்படும் கூட்டுமுயற்சி (Team Work) என்கிறார் மேலாண்மை அறிவியலில் (Management Sciences) உலகின் மூத்த முதல் மேதை திருவள்ளுவர்.

39

செய்தக்க அல்ல செயக்கெடும் செய்தக்க
செய்யாமை யானும் கெடும்.

Damage To Health Is Not Only Doing The Don'ts...
But Also Denying To Do The Do's...

39. செய்யத் தக்கவை, தவறாமல் செய்தல் சிறப்பு மருந்து!

செய்யக் கூடாதவற்றைச் செய்தால் உடல்நலம் நேரடியாகக் கெடுவதுபோல், செய்ய வேண்டியவற்றைச் செய்யாமல் இருந்தாலும் உடல் நலம் மறைமுகமாகக் கெடும்.

புகைப்பழக்கம், மிகை மதுப் பழக்கம், தவறான காமம், தேவையற்ற கோபம், பிடிவாதம், பொறாமை, அளவற்ற ஆசை, சமூக ஊடக நேர விரயம், சுற்றுச் சூழலை மாசுபடுத்தல், உணவு முறை ஒழுக்கவிதி மீறல், தவறான உணவுகள், மூடப்பழக்கங்கள், ஒவ்வாமை தரும் ஒப்பனைகள், நோயறி குறிகளை அலட்சியப்படுத்தல் என நம் அன்றாடவாழ்வில் தெரிந்தும் தெரியாமலும் நாம் செய்யும் பல செய்யத் தகாத, செய்யக்கூடாத செயல்களால் தான் நேரடியாக உடல் நலத்துக்குப் பற்பல கேடுகள் விளைகின்றன.

அதே போல், நாம் நம் வாழ்வில் தினசரிக் கடைபிடிக்கக் கூடிய, தவறாமல் செய்யக்கூடிய பல நல்ல செயல்களைச் செய்யாமல்

இருப்பதும், மறைமுகமாகச் சத்தமின்றி, உடல்நலத்துக்குப் பெருங்கேட்டை விளைவிக்கின்றன. ஒவ்வொரு நாளும் இன்று புதிதாய்ப் பிறந்தோம் என்றெண்ணித் தவறாமல் செய்ய வேண்டிய புற அழுக்கு நீக்கும் உடல் சுத்தம், எதிர்மறை எண்ணங்களை நீக்கி நேர்மறை எண்ணங்களை நிரப்பும் மனச்சுத்தம், மனக்கதவுகளைத் திறந்து மகிழ்ச்சி ஒளியேற்றல், கட்டாய உடற்பயிற்சி, உணவு முறை ஒழுக்க விதிகளின்படி முறையான அளவான உணவுப்பழக்கம், சூழல் பராமரிப்பு, விழிப்புணர்வுடன் கூடிய உடல் பராமரிப்பு, குறிப்பிட்ட காலத்துக்கொரு முறை முழு உடல் பரிசோதனை, நேர மேலாண்மை, பொருளாதார மேலாண்மை, அனைத்துக்கும் மேலாக, பெற்ற தாய் தந்தையர், உருவாக்கிய ஆசிரியர், உயிரிருக்கும் வரை உடனிருக்கும் வாழ்க்கைத்துணை, மகிழ்ச்சி தரும் மக்கள், படைத்துக் காத்து நிலைபெறச் செய்யும் இறைவன் என அனைவருக்கும் தினமும் நன்றி சொலல், ஆகிய நல்ல செயல்களைச் செய்யாமல் இருப்பதும், மறுப்பதும் மறைமுகமாக, மன நலத்தையும் உடல் நலத்தையும் ஒருங்கே கெடுக்கின்றன என்பதில் எள்ளளவும் ஐயமில்லை.

எனவே, "தீதும் நன்றும் பிறர் தர வாரா" என்ற வாக்கிற்கிணங்க, செய்யக் கூடாதவற்றை நாமே செய்வதால் மட்டுமல்ல, செய்ய வேண்டியவற்றை நாமே செய்ய மறுப்பதாலும் "நம் உடல் நலக் கேடு நம்மால் மட்டுமே விளைகிறது" என்ற உள்ளத்தில் பதிய வேண்டிய ஒப்பில்லாத உண்மையை ஒன்றே முக்கால் அடியில் அன்றே அழுந்தச் சொல்லியுள்ளார் அறிவொளிக் காவலர் அய்யன் திருவள்ளுவர்.

40

தொட்டனைத் தூறும் மணற்கேணி மாந்தர்க்கு
கற்றனைத் தூறும் அறிவு.

As Constant Digging Keeps A Sandy Well Deeper...
Contineous Learning Updates Current Knowledge Of A Doctor...

40. தொடர் கல்வியே என்றும் தொய்வில்லா மருந்து!

தோண்டிக் கொண்டே இருந்தால் மட்டுமே மணற் கேணியின் ஆழம் காக்கப்பட்டுப் பயன் தருவது போல், கற்றுக் கொண்டே இருந்தால் மட்டுமே ஒரு பொறுப்புள்ள மனிதரின் (மருத்துவரின்) ஆழமான அறிவும் புதுப்பிக்கப்பட்டு மக்களுக்குப் பயன் தரும்.

ஆற்றுப்படுகையில் மணலில் அமைந்த கிணறு தொடர்ந்து தோண்டப்படாமல் இருந்தால் மூடிவிடும். தோண்டிக் கொண்டே இருந்தால் மேலும் ஆழமாகித் தெளிவான, சுத்தமான, தாதுப் பொருட்கள் நிறைந்த சுவையான நீரை, மக்களின் பயன்பாட்டுக்காகச் சுரந்து கொண்டே இருக்கும். அது போல் மக்களைக் காக்கும் முக்கிய பொறுப்பில் இருக்கும் மனிதர்கள், தொடர்ந்து தம் துறையிலும், அத்துறை சார்ந்த

மற்ற துறைகளிலும், ஏற்படும் முன்னேற்றத்தை, வளர்ச்சியைத் தொடர்ந்து கற்றுக்கொண்டே இருந்தால் தான் அவர்கள் அறிவு ஆழமாகி விசாலமாகி விரிவடைந்து, மக்களுக்கு நன்மை பயக்கும். இந்த உவமையை வள்ளுவப் பெருந்தகை மக்களின் உடல் நலனைக் காக்கும் மிக முக்கிய பொறுப்பில் இருக்கும் மருத்துவர்களுக்குத் தான் சொல்லியிருக்கிறார் என்பதில் எள்ளளவும் ஐயமில்லை. புதுப்புது வினோதக் கிருமிகளும், விதவிதமான விந்தை நோய்களும், நோய்களின் புதுப்புது சிக்கல்களும் வந்த வண்ணம் இருக்கின்றன. அதே போல், நோய்களைப் பற்றிய தெளிவான புரிதலும், புதுப்புது மருத்துவக் கண்டுபிடிப்புகளும், இது வரை அறியாத நோய்க்கான காரணங்களும், அவற்றைக் கண்டறியும் முறைகளும், நோய்ச் சிக்கல்களைத் தீர்க்கும் புதுமையான வழிமுறைகளும், நோய் தீர்க்கும் புதிய மருந்துகளும், நோய்த் தடுப்பு மருந்துகளும் என நவீன மருத்துவ அறிவியலும் அனுதினமும் அயராது வளர்ந்த வண்ணம் உள்ளது. ஒரு மருத்துவர் மருத்துவப் பள்ளியில் கற்ற அறிவு சில ஆண்டுகளிலேயே நீர்த்துப் போய்விடுகிறது. மருத்துவ அறிவியலின் அசுர வளர்ச்சிக்கேற்ப ஒரு மருத்துவர் மருத்துவ நூல்கள், ஆய்வு இதழ்கள், ஆய்வாளர்கள், பேராசிரியர்களிடமிருந்து தொடர்ந்து கற்றுக் கொண்டே இருந்து ஆழமான அறிவைப் பெற்றுப் புதுப்பித்துக் கொண்டே இருப்பது மிக மிக அத்தியாவசியமானது. எனவே தான் மற்ற எல்லாத் துறைகளையும் விட, மருத்துவத்துறை வல்லுநர்கள், தொடர்ந்து தம் அறிவைப் புதுப்பித்துக் கொள்வதற்காக தொடர் மருத்துவக் கல்வி' (Continueing Medical Education) அளிக்கப் படுகிறது. அதுவே, மருத்துவர்கள் தம்மை நம்பி

உடல்நலனைக் காக்கும் முக்கிய பொறுப்பை ஒப்படைக்கும் மக்களுக்கு, எந்த நோயையும், எந்நேரத்திலும், எவ்வளவு சிக்கல்கள் இருப்பினும், தம் அறிவார்ந்த திறமையால் தீர்த்து, நேர்மையாக, உண்மையாகச் சிறந்த சேவையை அளிக்க உதவுகிறது.

இன்று உலக நாடுகளில் உள்ள அனைத்து மருத்துவர்களும், சிறிது தவறினாலும் மருத்துவப் பட்டத்தேயே இழந்து விடுமளவுக்கு சட்டங்கள் இயற்றப்பட்டு, கட்டாயமாக்கப் பட்டுள்ள தொடர் மருத்துவக் கல்வியின் முக்கியத்துவத்தை அன்றே வலியுறுத்தியுள்ள வள்ளுவப் பெருந்தகையை விடச் சிறந்த வாழ்வியல் வழிகாட்டி வான் குடையின் கீழ் வேறெவரும் உண்டோ என்றே நான் உணர்கிறேன் ஒரு மருத்துவராக...

41

அன்பிலார் எல்லாம் தமக்குரியர் அன்புடையார்
என்பும் உரியர் பிறர்க்கு.

The Loveless Will Love To Have Everything For Them Selves...

But The Selfless Loving Ones Will Give Everything From Skin To Bones...

41. மரித்தாலும் நம் உடல் பிறர்க்கு மருந்து...

உள்ளத்தில் சற்றும் அன்பு இல்லாதவர்கள், தமது மட்டுமின்றி உலகில் உள்ள அனைத்தும் தமக்கே என்று வாழ்ந்து மடிவர்; ஆனால் உள்ளத்தில் அன்பைத் தவிர வேறொன்றும் இல்லாதவர்கள் தன்னலமின்றித் தம் உடல், பொருள், ஆவி அனைத்தும் பிறர்க்கு உவந்தளித்து மகிழ்வர்.

அன்பில்லாத மனம், இரக்கமே இல்லாத அரக்க மனமாக மாறிவிடுகிறது. ஆணவமும் தன்னலமும் மட்டுமே மேலோங்கி நிற்கும் அன்பில்லா, மனத்தில், உலகில் உள்ள செல்வம் அனைத்தும் தனதாக்கிக்கொள்ளும் பேராசைப் பெருந்தீ மூள்கிறது. யாருக்கும் எதையும் இறுதி வரை தர மறுத்து, இறுதியில் அவர்களுக்கும் எந்தவிதப் பயனுமின்றி, அவர்தம் உடலும் அழிந்து போகிறது. அன்பு மட்டுமே நிறைந்த மனம் கருணையுடனும், பாசத்துடனும் அனைவருக்கும் இரங்குகிறது. தன்னலமின்றித் தாம் பெற்ற அனைத்தையும் பிறர்க்கு வழங்கி மகிழும் அன்னை உள்ளமாகிறது அன்புள்ளம்.

வள்ளுவப் பெருந்தகை இன்னும் ஒரு படி மேலே உயர்ந்து, அன்புடையவர்கள் தம் பொருள் மட்டுமின்றி, உயிரையும் உடலையும், உடல் மண்ணுக்கிரையான பின் சில காலம் எஞ்சி நிற்கும் எலும்பையும் பிறருக்கு உதவும் படி அளிப்பர் என்றுரைத்தார் இது, 2600 ஆண்டுகளுக்கு முன் அவர் வாழ்ந்த காலத்தில், ஒரு உயர்வு நவிற்சியாக, மிகைப்படுத்தலாகக் கருதப் பட்டிருக்கலாம். எப்படி ஒருவர் தன் எலும்பு உட்பட உடல் உறுப்புகள் அனைத்தும் பிறருக்காக வழங்க முடியும் என்று பகடி பேசப்பட்டிருக்கலாம்.

ஆனால் இன்று, உலகெங்கும் எத்தனையோ கோடி மக்கள் தன்னலமின்றிச் செய்தி கேட்ட மறுநொடி விரைந்தோடி இரத்த தானம் செய்கிறார்கள். ஆயிரம் முறை ரத்த தானம் செய்த அருளாளர்கள் பலர் இருக்கிறார்கள். வாழும் போதே தம் இரு சிறுநீரகங்களில் ஒன்றை, கல்லீரலில் ஒரு பகுதியை, மூட்டு மாற்று அறுவை மருத்துவத்தில் நீக்கப்படும் எலும்பை என எத்தனை பேர் தானமாக வழங்குகிறார்கள். ஒரு முடி உதிர்ந்தால் உலகமே நிலை குலைந்தது போல் கவலை கொள்ளும் இளம் பெண்கள் பலர், தங்கள் அழகிய நீண்ட கருங்கூந்தலை முழுக்க மழித்து, கீமோத்தெரப்பி என்ற புற்றுச்செல்களை அழிக்கும் மருத்துவத்தில், முடியை மொத்தமாக இழக்கும் புற்றுநோயர்களுக்காக, முடியைத் தானமாக வழங்க முன் வருகையில் நான் மெய் சிலிர்த்துக் கண் கலங்கியிருக்கிறேன். தீக்காயங்களால் உடல் முழுதும் வெந்து உயிருக்குப் போராடும் பலரைத் தோல் தானம் இன்று காப்பாற்றுகிறது. தம் வாழ்வு முடிந்த பின் கண், இதயம், கல்லீரல், சிறுநீரகம், எலும்பு மஜ்ஜை, தோல் உட்பட உடல் உறுப்புகள் அனைத்தையும் பிறருக்காக, ஏன்... மொத்த உடலையும்கூட உடற்கூறு மருத்துவம் பயிலும் மருத்துவ மாணவர்களுக்காகப் பயன்பட வேண்டும் என உயில் எழுதி வைப்பவர்கள் எத்தனை எத்தனை அன்புள்ளங்கள்.

இத்தகைய உடல் உறுப்பு தானங்களால் எண்ணற்ற நோயர்கள் பலனடைந்து, முற்றிலும் குணமடைந்து தானம் வழங்கிய அன்புள்ளங்கள், உறுப்புகளாய் அவர்கள் உடலில் வாழ்ந்துகொண்டிருக்கின்றன. நவீன மருத்துவ உலகின் மாபெரும் மனிதநேயப் புரட்சி இது என்றால் அது மிகையல்ல. இரக்க மனம் ஒன்றுதானே இறை மனம். புறத் தோல் முதல் அது மூடும் எலும்புக் கூடு வரை மனித உடல் உறுப்புகள் அனைத்தும் வாழ்விறுதிக்குப் பின்னும் பயன்படும், உள்ளத்தில் அன்பிருந்தால்" என்ற நெட்டிமை (தீர்க்கதரிசனம்) இந்த நெடுந்தாடிப் புலவனுக்கு எப்படித் தோன்றியது? என்று எண்ணி எண்ணி வியந்து இந்த தெய்வப் புலவனை நெகிழ்ந்து நெக்குருகி வணங்குவதைத் தவிர அற்ப மானிடப் பிறவிகள் நாம் என்ன செய்ய முடியும். வள்ளுவ வாக்கிற்கிணங்கி நாம் ஒவ்வொருவரும், நம் உடலையும், உறுப்புகள் அனைத்தையும் மண்ணுக்கும், தீக்கும் இரையாக்காமல், மனித குலம் வாழ வழங்குவோம் இன்றே என்று உறுதி பூண்டால் அதுவே வள்ளுவ தெய்வத்தின் உள்ளம் குளிரச் செய்யும்.

42

நன்றுஆங்கால் நல்லவாக் காண்பவர் அன்றாங்கால்
அல்லற் படுவது எவன்.

When We Enjoy Goodness As Gain
Why Should Sickness Make Us Complain

42. வினாவுக்குள் விடை சொல்லும் வியத்தகு மருந்து...

நன்மை விளையும்போது அதை அனுபவித்து மகிழும் மக்கள், தீமை விளையும் போது அதீதமாகத் துன்பப்பட்டு கலங்குவது ஏனோ?

இவ்வுலகில் புரியாத புதிர்கள் அனைத்துக்கும் விடை சொன்ன இறைப்புலவர் இந்தக் குறளில் இப்படி ஒரு வினா எழுப்புகிறார். நன்மையும் தீமையும் இரவு - பகல் போல் மாறி மாறி ஒன்றன்பின் ஒன்றாகத் தொடர்ந்து வருவது உலக இயற்கை, அதுவே இயல்பு வாழ்க்கை என்றிருக்கையில், நன்மையை மட்டும் மகிழ்ந்து கொண்டாடும் மனிதன் தீமையைக் கண்டு ஏன் துவண்டு போகிறான்? துன்பத்தில் ஏன் கதிகலங்கிப் போகிறான்? வந்த துன்பத்தைவிட, அதை எப்படி எதிர் கொள்வது என்று சிந்திப்பதைவிட, அதை எப்படி வெல்வது என்று முயல்வதைவிட, ஏன் இது எனக்கு வந்தது என்ற வருத்தத்திலேயே மனிதன் ஏன் வாடிப் போகிறான்? என்றெல்லாம் வினா எழுப்பி, அதற்குள்ளேயே அதற்கான வியத்தகு விடையையும் சொல்கிறார் வித்தக வள்ளுவர். அல்லற்படும் நோயர்களின் மன நிலையைப் பலகாலம் படம் பிடித்துப் பல அனுபவப் பாடங்கள் கற்ற ஒரு மருத்துவனாக, எனக்கு இதுவும் ஒரு மருத்துவக் குறளாகவே படுகிறது.

எந்த நோயுமின்றி உடல் நலம் நன்றாக இருக்கும்போது, உடல்நலம் பற்றிய கவலையே இல்லாமல், மகிழ்ச்சியாக இருக்கும் மக்கள், எப்போதாவது நோய்வாய்ப் படும்போது மட்டும், முதலில் கேட்கும் கேள்வி, "எனக்கு ஏன் இது வந்தது?" என்பது தான். எவ்வளவு முன்னெச்சரிக்கையாக இருந்தாலும், தவிர்க்க முடியாத சில நோய்கள் எந்த நேரத்திலும் எவருக்கும் எப்படி வேண்டுமானாலும் வரலாம். நோயற்ற வாழ்வு ஒரு வரம். ஆனால் அந்த வரம் எல்லோருக்கும் கிட்டுவதில்லை.

நன்றாக இருக்கும் உடல் திடீரென ஒரு நாள் கெடுவதும், கெட்ட உடல் மீண்டும் நலம் பெறுவதும் மிக இயல்பானது என்று புரிந்துகொண்டால் அதுவே முதல் மருந்து என்கிறார் வள்ளுவர்.

பத்தொன்பதாம் நூற்றாண்டின் தொடக்கத்தில்தான், பல நோயர்களின், குறிப்பாகப் புற்றுநோயர்களின் மனநிலையைத் தீவிரமாக ஆய்வு செய்த ஆங்கில உளவியல் மருத்துவ மேதைகள் "நடத்தை மருத்துவ அறிவியல்" (Behavioral Medical Science) என்ற தனி மருத்துவப் பிரிவை உருவாக்கினர். அன்று முதல் இன்று வரை புற்றுநோய் உட்பட பல கொடிய, நெடிய நோய்களால் பாதிக்கப்பட்டவர்களின் மனநிலையைப் புரிந்து கொளல் அவர்களுக்கு அளிக்கப்படும் மருத்துவத்தில் மிக முக்கியப் பங்கு வகித்து, நோயை வெற்றிகரமாகக் கையாளும் திறனைப் பன்மடங்கு அதிகரித்து வருகிறது. ஆனால் இந்த நவீன மருத்துவ உளவியல் பிரிவின் மொத்த சாராம்சத்தையும் 2600 ஆண்டுகளுக்கு முன்னரே முக்காலமும் உணர்ந்த ஒரு மூத்த தமிழறிஞன் ஏழே சொற்களில் வடித்திருப்பது மெய் சிலிர்க்க வைக்கும் உண்மை.

தனக்குப் புற்று நோய் என்று தெரிந்ததும் உடனே "எனக்கு எப்படி இது வரலாம்?" (Shock & Denial) என்று நோயர் அதிர்ந்து மறுப்பதும், பின்னர் எல்லோர் மீதும் கோபப்படுவதும் (Anger) அதன் பின் ஒருவேளை இது எனது நோயே இல்லை என்ற மருத்துவ அறிக்கை வருமா? ஒருவேளை ஏதாவது மாயம் செய்து நான் இதிலிருந்து விடுபட முடியுமா? என்ற சஞ்சலமும் (Bargaining), அதன் பின் "எந்தத் தவறும் நான் செய்ய வில்லையே? ஐயகோ...எனக்கு ஏன் வந்தது" என்று வருந்திக் கலங்கி மனச் சோர்வடைவதும் (Sadness & Depression) இறுதியாக "சரி" என்று அரைமனதாக ஒப்புக்கொண்டு அதை மெல்ல மெல்ல எதிர்கொள்ளத் தயாராவதுமாக (Acceptance) ஐந்து மனநிலைகள் 1969ம் ஆண்டில்தான் "எலிசபெத் க்யூப்லர் ராஸ்" (Elizabeth Kubler Ross) என்ற உளவியல் மருத்துவரால் கண்டறியப்பட்டன. ஆனால் இதை அன்றே சொன்ன உளவியல் மேதை வள்ளுவர், அதற்கோர் தீர்வும் தருகிறார்.

திடீரென ஒரு பெரும் நோய் தாக்கிய செய்தி அதிர்ச்சி தருவது இயல்புதான். ஆனால் அதற்காக வருந்திக் கலங்கி மனச்சோர்வு அடைவதைவிட, நோயை மிகச் சரியாகக் கண்டறிந்து, அதன் காரணங்களைக் கண்டறிந்து, அவற்றை நீக்கி நோயைக் கட்டுப்படுத்தி, அதை வெல்வதற்கான சரியான மருத்துவ முறைகளைக் கற்றுத் தரும் நல்ல மருத்துவரை நாடி அவரது ஆலோசனைகளைத் தவறாது பின்பற்ற வேண்டும். ஆனால் அதற்கான மனப்பக்குவம் அனைவருக்கும் உடனே அமையுமா? அதற்கென்ன வழி?

நம்மில் பெரும்பான்மையானோர், உடல்நலம் நன்றாக இருக்கும்போது மகிழ்கிறோமே தவிர, நம் உடலுக்கோ, இயற்கைக்கோ, இறைவனுக்கோ ஒரு நாளும் நன்றி நவில்வதில்லை. ஆனால் நோய்வாய்ப் பட்டதும் மறுக்கிறோம், அனைவரையும், அனைத்தையும் குறை சொல்கிறோம், பழிக்கிறோம், சினம் கொள்கிறோம், வருந்துகிறோம், கலங்குகிறோம், அஞ்சி அஞ்சி, நோயால் மடிவதற்குள்ளாகவே, நோய்ச் செய்தி கேட்ட அச்சத்திலேயே மாய்ந்து போகிறோம். அந்தப் பதற்றத்திலும் கவலையிலும் காலம் தாழ்த்துகிறோம். முறையான மருத்துவப் பாதையிலிருந்து விலகுகிறோம். சில நேரங்களில் போலி மருத்துவக் கயவர்களால் ஏமாற்றப் படுகிறோம்.

நோயே இல்லாத நலம் என்ற நல்வினையும், நோய் என்ற தீவினையும் வருவதும் போவதும் நம் கையில் இல்லை என்ற ஒரே சீரான மனநிலையில் நாம் வாழப் பழகி விட்டால், நோய் வந்த செய்தி தரும் அதிர்ச்சி, ஆற்றாமை, வேதனை ஆகியவை வெகுவாகக் குறைந்து, நோயை வெல்லும் மனத்திண்மையும் ஆற்றலும் விரைவில் வசப்படும், நம்பிக்கை வளரும், தீமைகள் மறைந்து நன்மைகள் தொடரும் என்று மனம் தொட்டுச் சொல்கிறார், மக்கள் மனம் படித்த மருத்துவ மாமேதை வள்ளுவப் பேராசான்.

43

அருவினை என்ப உளவோ கருவியான்
காலம் அறிந்து செயின்.

Intervene At The Right Time With The Right Machine...
Everything Is Possible In Medicine...

43. கருவியும் காலமும் கையாளும் மருத்துவனும் சேர்ந்ததே கண்கண்ட மருந்து...

செய்ய வேண்டிய செயல்களை உற்றக் கருவிகளோடு உரிய காலத்தில் முறைப்படி செய்தால், செய்ய முடியாத செயல்கள் என்று ஏதேனும் உளவோ?

இன்றும், இன்னும் பல்லாயிரம் ஆண்டுகளுக்குப் பின்னும் மனிதகுலம் மறக்க முடியாத, மறக்கக் கூடாத இந்த அற்புதக் குறள் எல்லாத் துறைகளுக்கும் பொருந்தக் கூடியது எனினும் மருத்துவத்துறைக்கே சாலப் பொருந்தும் என்பதில் எள் முனையளவும் ஐயமில்லை. மருத்துவத்துறையின் எல்லாப் பிரிவுகளிலும் எண்ணற்ற நவீனக் கருவிகளின் தலையீடு (Intervention) இன்று பன்மடங்கு அதிகரித்துள்ளது. மீயொலி (Ultrasound), குறுக்கு வெட்டு அலகீட்டு வரைவு (Ct Scan), காந்த அதிர்வு அலை வரைவு (MRI), இதய எதிரொலி வரைவு (Echo Cardiogram), ரத்தநாள வரைவு (Angiogram) என இன்னும் இன்னும் பல்லாயிரக்கணக்கானவை நாளுக்கு நாள், ஒவ்வொரு வினாடியும் வளரும் நோயறிதல் நுட்பங்கள்

(Diagnostic Techniques) இதுவரை ஒரு மருத்துவரின் கண்களுக்கும், கைகளுக்கும், மதிநுட்பத்துக்கும் புலப்படாத பல நோய்களை மிகத் துல்லியமாகத் தொடக்க நிலையிலேயே அறிய உதவுகின்றன.

கருவில் ஏற்படும் பிறவிப் பிழைகளைக் கூடப் பிழை யின்றி அறிவது மட்டுமல்லாமல், அவற்றைக் கருவிலேயே, கருவையோ, சிசுவையோ சிதைக்காமல் சரி செய்யும் அறிவியல் தொழில்நுட்பக் கருவிகளும் உள்ளன என்ற உண்மை நம் உடலை மட்டுமல்ல உயிரையும் சிலிர்க்க வைக்கிறது. மரபணுப் பகுப்பாய்வு (Genetic Analysis), மூலக்கூறு உயிரியல் (Molecular Biology), எதிர்ப்புத்திசு வேதியியல் (Immuno Histo Chemistry) போன்றவை முற்றிய நிலையில் உள்ள புற்றுநோயர்களைக்கூட முற்றிலுமாகக் குணப்படுத்தும் வல்லமை பெற்றவை என்பது எத்துணை அரிய வரம். செயற்கை நுண்ணறிவு (Artificial Intelligence) படைத்த மனித எந்திரங்கள் (Robotics) பல மணி நேரங்கள் ஆகும், மிகக் கடினமான புற்றுநோய் அறுவைமருத்துவம், மூளை அறுவை மருத்துவம் என அனைத்து மருத்துவ முறைகளையும் மிக எளிதாக்குகின்றன. அறுவைமருத்துவத்தால் அகற்ற முடியாத (In-Operable) எளிதில் நெருங்க முடியாத (Inaccesible) முழுமையாக உருவாகாமல் செல்லுக்குள் முளை விடத் தொடங்கும் புற்றுநோய்கள் (Carcinoma In Situ) போன்ற, இது வரை இயலாது என கைவிடப்பட்ட கணக்கிலடங்காத பல்வேறு நோய்களைக் கண்டறிந்து குற்றமற நீக்கும் அரிய கருவிகள் உருவாகிக்கொண்டே இருக்கின்றன.

இடையீட்டு இதய மருத்துவம் (Interventional Cardiology) முதல் இடையீட்டுத் தோல் மருத்துவம் (Interventional Dermatology) வரை என்பு தோல் போர்த்திய உடலில் எந்த ஒரு பகுதியிலும், மருந்துகளோ, அறுவைமருத்துவமோ அதிகமின்றி,

குறித்த நேரத்தில் இடையீடு (Intervention) செய்வதால் பல பேராபத்து விளைவிக்கும் நோய்கள் முற்றிலுமாகக் குணமாகின்றன. மருத்துவத் தொழில்நுட்பக் கருவிகளால் ஏற்பட்டுள்ள இந்த மருத்துவப் பெரும் புரட்சியை, 2600 ஆண்டுகளுக்கு முன்னரே கணித்த மாமேதை வள்ளுவப் பெருந்தகை, வழக்கம் போல் முத்தாய்ப்பாகச் சொல்லும் இரண்டாவது வரியில் தான் நம்மை வியப்பில் வீழ்த்துகிறார்.

எத்தனை கருவிகள் எத்துணை நுட்பமாக இருப்பினும் "கருவியான்" கருவியைக் கையாளும் மருத்துவன் (The Man Behind The Machine) "காலம் அறிந்து செயல்" குறித்த நேரத்தில், மிகச் சரியாக, மிகத் துல்லியமாக, எதற்கு எந்தக் கருவியை, எப்படி, எந்த அளவில், எந்த நேரத்தில் பயன்படுத்த வேண்டும் என்ற நுண்ணறிவும் அறிவுக்கூர்மையும் பெற்றுச் செயல்படுவதே செயற்கரிய செயல் என்கிறார். நோயரோ, மருத்துவரோ காலம் கடந்து, குறித்த நேரத்தைத் தவறவிட்டுத் தகுந்த கருவிகளைத் தகுந்த முறையில் பயன்படுத்தாவிடில் கருவிகளால், அவை எவ்வளவு நுட்பமானதாக இருப்பினும் என்ன பயன்? என்ற பொருள் பொதிந்த வினாவினை உள்ளடக்கி, முக்காலமும் உணர்ந்து முப்பால் வழங்கிய மூத்த தமிழாசான் அரிய கருவிகளை, உரிய நேரத்தில், உரிய முறையில், உற்ற காலத்தில், உணர்ந்து ஒரு மருத்துவன் பயன்படுத்தினால் தீராத நோய் என்று ஒன்று உண்டா? என்று மனித குலத்தை உய்விக்கும் நம்பிக்கை என்ற மாமருந்தைத் தருகிறார் கருவிகள் பெரும்பாலும் இல்லாத காலத்திலேயே...

44

அன்பு அறிவு தேற்றம் அவாவின்மை இந்நான்கும்
நன்குடையான் கட்டே தெளிவு.

Compassion, Knowledge, Clarity & Benevolence...
Make The Choice Of The Best Doctor At Once...

44. நல்ல மருத்துவரைத் தேர்ந்தெடுப்பதும் ஒரு மருந்து...

அன்பு, அறிவு, ஆராய்ந்தறியும் தெளிவு, அதிக ஆசையற்ற குணம் இவை நான்கும் எப்போதும் நிலையாகப் பெற்றவரை நம்பி ஒரு பொறுப்பை ஒப்படைக்கத் தேர்ந்தெடுக்கலாம்.

தெரிந்து வினையாடல் என்ற அதிகாரத்தில் ஒரு செயலுக்கு உரியவரை எந்தெந்தப் பண்புகளை அடிப்படையாகக் கொண்டுத் தேர்ந்தெடுக்கலாம் என்பது இந்தக் குறளின் பொதுவான பொருள். சற்று நுட்பமாக நோக்கினால் வள்ளுவப் பெருந்தகை பட்டியலிட்டிருக்கும் இந்த நான்கு பண்புகளும் ஒரு நல்ல மருத்துவருக்கான குணநலன்களாகவே எனக்குப் படுகிறது.

வேறெந்தப் பணியையும்விட மருத்துவம் அல்லது மருத்துவம் சார்ந்த செவிலியர் போன்ற பணிகளில்தான் அன்பு மிக அத்தியாவசியமானதாகவும் இன்றியமையாத பண்பாகவும் அமைகிறது.

எல்லாப் பணிகளுக்கும் அறிவு அவசியம் எனினும், சிறு தவறு செய்தாலும் ஈடு செய்ய முடியாத பேரிழப்பு ஏற்படும் அபாயம் இருப்பதால் மருத்துவப் பணியில் கற்றும் கேட்டும் அறிந்த நூலறிவும், நுண்ணறிவும், பட்டறிவும், பிழையற்றப் பேரறிவும் மிக முக்கியமானதாகின்றன.

உலகப் பேருண்மைகளையெல்லாம் ஒரு சொல்லுக்குள் அடக்கும் பேராற்றல் பெற்ற பெரும் புலவர் வள்ளுவர், "தேற்றம்" என்ற ஒற்றைச் சொல்லில், ஒருமுறைக்குப் பலமுறை ஆராய்ந்து, ஐயமற நோயைத் துல்லியமாக அறிந்து, நோய்க் காரணிகளை ஒரு துப்பறிவாளன் போல் தேடிக் கண்டறிந்து, நோய் தணிக்கும் வழிமுறைகளைத் தெளிந்து, நோயர் பயனுறும் படி தரும் ஆற்றல் பெற்ற ஒரு நல்ல மருத்துவனின் பணியைத் தான் குறிப்பிடுகிறார் என்பதில் ஐயமில்லை.

இறுதியாக, அன்பும், அறிவும், ஆராயும் தெளிவும் அமைந்தால் மட்டும் போதாது, அதிக ஆசையற்ற மனித நேயம் மிக்கவனே ஒரு நல்ல மருத்துவனாகத் திகழ முடியும் என்பதை "அவாவின்மை" என்ற ஓர் அழகான ஒற்றைச் சொற்றொடரால் வலியுறுத்துகிறார் வள்ளுவத் தந்தை.

இன்றைய வணிகமயமான மாய உலகில் மருத்துவத் துறையும் வணிகமயமாவது உலகெங்கும் நடக்கும் பெரும்பிழை, பேரவலம், பெருங்கொடுமை. இதை அன்றே உணர்ந்த தெய்வப் புலவர் திருவள்ளுவர் பேராசையற்ற, தன்னலமற்ற, பலனை எதிர்பாராமல் பிறர்க்குதவும் பிறவிப் பெருங்குணம் மனித குலத்தில் மற்ற எல்லாப் பணியாளர்களையும்விட மருத்துவப் பணியாளர்களுக்கே உரித்தானதாக இருக்க வேண்டும் என்று விரும்பியதுபோல்தான் தோன்றுகிறது.

ஆகவே நோயரிடம் அன்பு, பரிவு நோயறியும் நுண்ணறிவு, நுண்ணறிந்த நோய்க்கான மருத்துவத் தீர்வுகளை நுட்பமாக ஆராய்ந்து அறியும் தெளிவு, இவை அனைத்துக்கும் மேலாக, தேவைக்கு அதிகமாக ஆசைப்படாத நல்லுள்ளம் என்ற நான்கும் என்றும் மாறாமல் நிலையாக அமையப் பெற்ற மருத்துவரை நல்ல மருத்துவர் என்று நம்பி நம் உடல் நலம் காக்கும் பொறுப்பை ஒப்படைக்கலாம் என்று ஒவ்வொரு நோயருக்கும் அறிவுறுத்தும் அதேநேரத்தில், மருத்துவ மாமேதை வள்ளுவர் மறைமுகமாக ஒரு மருத்துவன் நல்ல மருத்துவனாக நிலையாக இருப்பதற்கான நற்பண்புகளையும் சுட்டிக் காட்டியிருக்கிறார், அன்றே..!

45

கற்றுக்கண் அஞ்சான் செலச்சொல்லிக் காலத்தால்
தக்கது அறிவதாம் தூது.

A Fatal Diagnosis Fearlessly Revealed May Provoke
                                          Anguish & Anger...
A Doctor Should Handle That With Compasssion & Care,
                                    For He Is The Fate's Messenger...

45. "விதியின் தூதுவன்" மருத்துவன் விதைக்கும் நம்பிக்கையும் மருந்து...

சொல்ல வேண்டிய செய்தியை நுட்பமாக ஆராய்ந்து தெளிந்து, கேட்பவர் ஏற்கும் மனநிலையில் இல்லையெனினும், அவர் மனம் கோணாதவாறு பக்குவமாகச் சொல்லி, அந்தச் சூழலுக்குத் தகுந்த வழிகளைத் திறம்பட அறிந்தவனே தூதுவன் எனப்படுபவன்.

வள்ளுவப் பெருந்தகை 'தூது' என்ற அதிகாரத்தில் சொல்லும் தூதுவனுக்கான இலக்கணங்கள் யாவும் அப்படியே கனகச்சிதமாகப் பொருந்துவது ஒரு மருத்துவருக்கும்தான் என்பது என் கருத்து. ஏனென்றால் ஒவ்வொரு மருத்துவனும் "விதியின் தூதுவன்" (Messenger Of Fate) தானே!

ஏதோ சில அறிகுறிகளுடன் வருகிறார் ஏதுமறியா நோயர் ஒருவர். அவரைப் பரிசோதித்த பின், எதிர்பாராத விதமாக அவரது ஆய்வு முடிவுகள், முற்றிய புற்றுநோய் போன்ற ஒரு கொடிய நோயை, மிகக் குறுகிய காலத்தில் உயிரிழக்கும்

அபாயத்தை, மருத்துவம் செய்தாலும் பெரும் பலனளிக்கப் போவதில்லை என்ற உண்மையை உறுதி செய்கின்றன. எப்படியாவது நம்மைக் காப்பாற்றி விடுவார் என்ற அசாத்திய நம்பிக்கையில் தன்னை நாடி வந்திருக்கும் நோயருக்கு, அந்தத் துயரமான செய்தியை தெரிவிக்க வேண்டிய "விதியின் தூது"வனாக, ஒரு மருத்துவனின் மனநிலை எப்படி இருக்கும்? ஒவ்வொரு மருத்துவரின், குறிப்பாக ஒரு புற்று நோய் மருத்துவரின் வாழ்வில், இது அன்றாட நிகழ்வு. அதை அந்த மருத்துவர் எப்படிக் கையாள வேண்டும் என்பதை அப்பட்டமாக படம் பிடித்துக் காட்டுகிறார் ஐயன் வள்ளுவர்.

முதலில் தான் நோயரிடம் சொல்லப் போகும் பேரதிர்ச்சி தரக்கூடிய செய்தி உண்மையானதா? ஆய்வு முடிவுகள் அவருடையதுதானா? மிகச் சரியானதுதானா? என்று ஒன்றுக்குப் பலமுறை ஆராய்ந்து தெளிய வேண்டும். அதன் பின்னர், பதட்டத்துடன் காத்திருக்கும் நோயரிடம், அவரால் நம்ப முடியாத, ஏற்றுக் கொள்ள முடியாத செய்தியைத் துணிவோடு, அதேசமயம் மிகுந்த பக்குவத்தோடு நிதானமாக விளக்கிச் சொல்ல வேண்டும். நிலை குலைந்து போகும் நோயரை அன்புடன், பரிவுடன் அரவணைத்து ஆறுதல் சொல்ல வேண்டும். பல நேரங்களில் நோயருக்குக் கோபமும், ஆதங்கமும், விரக்தியும் ஏற்படலாம். அவரது எதிர்வினையை, சினம் கொள்ளும் குழந்தையின் குணம் தாங்கிப் பொறுமையுடன் அணைக்கும் ஒரு அன்னையைப் போல் எதிர்கொள்ள வேண்டும். இது தான் நிதர்சன உண்மை என்பதை மெல்ல மெல்ல நோயருக்கு உணர வைத்து, இனி என்ன செய்யலாம் என்பதற்கான வழி முறைகளைத் தேடித் தந்து உதவ வேண்டும்.

எளிதில் குணப்படுத்தக் கூடிய நோயைக்கூட ஏதோ ஒரு கொடிய உயிர்க்கொல்லி நோய் போன்ற மாயையை உருவாக்கி, நோயரைப் பயமுறுத்தியும், முற்றிய நிலையில் உள்ள கொடிய நோயை எளிதில் குணப்படுத்தலாம் என்ற பொய் நம்பிக்கையும் ஊட்டி, அப்பாவி நோயர்களை ஏமாற்றிப் பணம் பறிக்கும் வணிகக் கயவர்கள் பெருகி வரும் இந்த யுகத்தில், நோயைத் துல்லியமாக ஆராய்ந்து, நோய் குறித்த உண்மை நிலையை உணர்ந்து, அதைச் சொல்லும் விதத்தில் ஆறுதலாகச் சொல்லி, நோயரின் மனவலியைத் தானும் ஏற்று, நோயரின் விழி நீர் துடைத்து, விதி வலியதுதான், ஆனால் அதனினும் வலியது நம்பிக்கை! என்ற மாமருந்தினை ஊட்டி நோயர் வாழப் போகும் சிறிது காலத்தை, வலியும் வேதனையும் இன்றிக் கடக்கத், தன்னால் இயன்ற அளவு, இருளடர்ந்த காட்டில் ஒரு சிறு விளக்கு போல் உதவ வேண்டும் என்று வழி காட்டும் வள்ளுவப் பெருமான் ஒருவர் தான் உலக இலக்கியங்களிலேயே, விதியின் தூதுவனான ஒரு நல்ல மருத்துவனின் மனவலியையும் உணர்ந்து எழுதிய முதல் மனிதர் என்பதில் என்ன ஐயப்பாடு..?

46

வினைக்குஉரிமை நாடிய பின்றை அவனை
அதற்குரிய னாகச் செயல்.

Once You Have Chosen The Righteous Doctor So Bright...
Surrender Your Health Issues By Giving Him Full Right...

46. குடும்ப மருத்துவர் நம் குலம் காக்கும் மருந்து...

செயல் நிறைவேற்றுதற்கு உரியவனைத் தேடிக்கண்ட பிறகு, அவனிடம் செயலின் முழு ஆளுமைப் பொறுப்பையும் ஒப்படைத்து விடுக.

தெரிந்து வினையாடல் என்ற அதிகாரத்தில், ஒரு செயலுக்குரியவனை நன்கு ஆராய்ந்து கண்டறிந்ததும் அவனிடம் முழுப் பொறுப்பையும் நம்பி ஒப்படைத்தல் நலம் என்று வள்ளுவப் பேராசான் கட்டளையிடுவது, நம் உடல்நலம் காக்க அன்பும், அறிவும், தெளிவும், பேராசையற்ற குணமும் உள்ள மருத்துவரைத் தேர்ந்தெடுத்த பின், அவரை முழுமையாக நம்பி, அவரது ஆலோசனைகளைத் தவறாது பின்பற்றுவதற்கும் சாலப் பொருந்தும்.

அன்புடனும், பரிவுடனும், அக்கறையுடனும், நுண்ணறிவுடனும், தெளிவுடனும், நம்மைப் பற்றியும், நம் குடும்பத்தைப் பற்றியும், நம் பரம்பரை நோய்கள் குறித்தும், நமது பொருளாதார நிலை குறித்தும், நம் குடும்ப உறவுகள் குறித்தும் நன்கறிந்து, நமது சுக துக்கங்களில் பங்கெடுத்து நம் குடும்பத்தில் ஒரு வராக, நம் அனைவருக்கும் ஒரு குடும்ப மருத்துவர் (Family Physician) இருப்பது ஒரு வரம். குடும்ப மருத்துவர் நம் உடல்நலம் காக்கும் முதல் மட்டுமல்ல முதன்மை மருத்துவர் (Not Only Primary But Also The Prime Physician). மேலை நாடுகளில் மிக முக்கியமான தனி மருத்துவத்துறையாக விளங்குவது குடும்ப மருத்துவத் துறைதான். அங்கு குடும்ப அல்லது முதல் மருத்துவர் (Primary Care Physician) பரிந்துரையின் படிதான் சிறப்பு மருத்துவரைச் சந்திக்க முடியும்.

நம் குடும்ப உறுப்பினராக, நம் குடும்ப நண்பராக, எப்போதும், எந்த நேரத்திலும், எவ்வளவு இக்கட்டான சூழலிலும், அவர் எங்கு இருப்பினும் நம் உடல்நலம் குறித்த ஐயங்களுக்கு உடனே தகுந்த ஆலோசனை சொல்வார். அவரால் இயன்ற அளவு முறையான, மிகச் சரியான மருத்துவம் செய்வார். தேவையில்லாமல் சிறப்பு மருத்துவரைப் பரிந்துரை செய்ய மாட்டார். அதேசமயம் தேவைப்படும்போது காலம் தாழ்த்தாமல் அதற்குரிய சிறப்பு மருத்துவரை உடனே சந்திக்க ஆவண செய்யவும் தயங்க மாட்டார். தன்னை நாடி வரும் நோயர்களின் நலனுக்காக, நாளுக்கு நாள் வளர்ந்துகொண்டே வரும் நவீன மருத்துவ முன்னேற்றங்களுக்கேற்ப தன் மருத்துவ அறிவை உயர்த்தத் தொடர் மருத்துவக் கல்வியால் தன்னை மேம்படுத்திக் கொண்டே இருப்பார். அனைத்துக்கும்மேலாக நோயரை ஒரு வணிகப் பொருளாகப் பார்க்காமல் மனித நேயத்தோடு அரவணைத்துக் காப்பார். மருந்துகளின் ஒவ்வாமை, மரபணு ரீதியாக நம் குடும்ப உறுப்பினர்களுக்கே உரித்தான சில நோய்கள், இன்னும் பல நமக்கே தெரியாத, நாம் மறந்துபோன, நம் உடல் நலம் குறித்த பல முக்கிய செய்திகள் நம் குடும்ப மருத்துவரின் நினைவில் இருக்கும். அவர் அவ்வப்போது அதை நமக்கு நினைவுறுத்துவார், எச்சரிப்பார், வழி நடத்துவார், காப்பார்.

அத்தகைய அக்கறையும், ஆற்றலும், அன்பும், பரிவும் கொண்ட ஒரு நல்ல மருத்துவரை, நம் குடும்ப மருத்துவராகத் தேர்ந்தெடுத்த பின், அவரை முழுமையாக நம்பி நம் உடல் நலம் காக்கும் முழுப் பொறுப்பையும், முழு ஆளுமையையும் அவரிடம் ஒப்படைத்துவிட வேண்டும். அவரது ஆலோசனை யின்றி, பரிந்துரையின்றி உடல்நலம் சார்ந்த எந்த ஒரு முடிவையும் எடுக்கக் கூடாது. ஒரு நல்ல குடும்பமருத்துவரின் ஆலோசனையின்றித் தவறான வழிகாட்டுதலால் தவறான மருத்துவம் செய்யப்பட்டு மனஅழுத்தத்துக்கு ஆளாகி சில

நேரங்களில் உயிரையும் இழந்த பல குடும்பங்களை நான் அறிவேன்.

அண்மையில் மறைந்த மனிதநேய மருத்துவ மாமேதை ஜே. பி. ராஜ்குமார் அவர்கள் இது போன்றதோர் உன்னத மருத்துவர். பல குடும்பங்களால் ஐந்து தலைமுறைகளுக்கும் மேலாகக் குலதெய்வமாகக் கொண்டாடப்படுபவர். அவரது நினைவேந்தல் நாளில் நெகிழ்ந்து பேசிய, அவரால் பயன் பெற்ற அத்தனை நண்பர்களும் நோயர்களும் புகழ்ந்தது, வள்ளுவரின் இந்தக் குறளுக்கேற்ப ஒரு மிகச் சிறந்த குடும்ப மருத்துவராக ராஜ்குமார் அவர்கள் திகழ்ந்ததையும், அவரை நம்பிய நோயர்கள் அனைவரையும் அவர் தனது உடல் - மன வருத்தங்களைப் பொருட்படுத்தாமல் காப்பாற்றியதையும் தான்.

குடும்பமருத்துவர் என்ற உன்னத வழக்கம் குறைந்து, பெரு நிறுவன வணிக மருத்துவமனைகளும் (Corporate Hospitals), மனிதநேயமற்ற முறையில் மருத்துவத்துறை வணிக மயமாக்கப்படலும் (Commercialization Of Medical Practice) பெருகி வரும் இன்றைய காலகட்டத்தில், எக்காலத்துக்கும், எத்துறைக்கும், எப்போதும் பொருந்தும் குறளாக வள்ளுவ மாமேதை இந்தக் குறளை 2600 ஆண்டுகளுக்கு முன்னரே மருத்துவரை நாடும் மனித குலத்துக்காகவே வழங்கி யிருக்கிறார். "குடும்பமருத்துவரை நாடி உடல்நலம் காக்கும் பொறுப்பை முழுமையாக ஒப்படைத்தால் உன் உடல்நலமும் உன் குலமும் காக்கப்படும்" என்கிறார் தமிழ்க் குலம் காக்கும் தன்னிகரில்லாத் திருவள்ளுவர்.

47

செயற்கை யறிந்தக் கடைத்தும் உலகத்து
இயற்கை அறிந்து செயல்.

Though A Doctor Has Thoroughly Read The Medical Literature...

His Treatments Succeed Only When He Reads His Peoples Nature...

47. மக்களைப் படிப்பதே மாமருந்து...

எவ்வளவுதான் நூல்களைக் கற்ற செயற்கை அறிவு பெற்றிருந்தாலும், உலக நடப்பியல் உண்மைகள் உணர்ந்த இயற்கை அறிவுடன் செய்யும் செயல் சிறப்பான வெற்றி பெறும்.

"ஏட்டுச் சுரைக்காய் கறிக்குதவாது; நாட்டுநடப்பு கேட்டு நட" என்ற நடைமுறை வாழ்வியல் உண்மையைச் சொல்லும் வள்ளுவர் இந்தக் குறளில் ஒவ்வொரு மருத்துவரும் மறக்கவோ, மறுக்கவோ முடியாத அறிவியல் உண்மையையும் மறைமுகமாக வலியுறுத்துகிறார். மருத்துவத்துறையில் பெரும்பாலும் மேலை நாட்டு மருத்துவ அறிஞர்கள் தத்தமது நாடுகளில் ஆய்வு செய்தும் அனுபவத்தில் உணர்ந்தும் எழுதிய நூல்களையே மருத்துவர்கள் படிக்க நேரிடுகிறது. நோய் குறித்த அவர்களது விவரிப்பும், புள்ளி விவரங்களும், அந்தந்த நாட்டு மக்களுக்குத் தோன்றும் அறிகுறிகளும் நம் நாட்டு மக்களின் நோய் குறித்த விவரிப்புகளோடும், புள்ளிவிவரங்களோடும், நோய் அறிகுறிகளோடும் பெருமளவு வேறுபடுகின்றன.

குறிப்பாக தோல்நோய்களில் நிறமி குறைந்த வெண்ணிறத் தோலில் அறிகுறிகளாக விவரிக்கப்படும் தோற்றம், நிறமி நிறைந்த நமது கருமையான தோலில் முற்றிலுமாக வேறாகத் தென்படும். உதாரணமாக, சிவப்பு வண்ணத்துப்பூச்சி ஒன்று மூக்கின் மேல் அமர்ந்தது போன்ற தோற்றம் (Red Butterfly Rash) "பன்னுடல் பாதிக்கும் செந்தோல் அழி நோயின்" (Systemic Lupus Erythematosus) மிக முக்கியமானதோர் ஆரம்ப அறிகுறி. ஆனால் இது நம் நாட்டு மக்களின், குறிப்பாக தென்னிந்திய மற்றும் ஆப்பிரிக்க இன மக்களுக்கு அடர்ந்த கரு வண்ணத்துப்பூச்சி (Black Butter Fly) அமர்ந்ததுபோல் தோன்றும். மேலைநாட்டு நூல்கள் மட்டுமே நன்கு கற்றறிந்து, நம் நாட்டு மக்களை நேரடியாகப் பார்த்த அனுபவம் இல்லாத மருத்துவர்கள் இந்தக் கரு வண்ணத்துப்பூச்சி அறிகுறியைக் கவனத்தில் கொள்ளத் தவறினால், பல உடல் உறுப்புகளையும் பாதிக்கும் ஒரு மிகக் கொடிய நோயின் ஆரம்ப அறிகுறியைத் தவறவிட்டு, நோயின் முதல் நிலையிலேயே நோயரைக் காப்பாற்றும் பொன்னான வாய்ப்பைத் தவறவிடலாம். "ரோஜா நிறச் செதிற் படை" (Pityriasis Rosea) என்று மேலை நூல்களில் குறிப்பிடப்படும் படை நம் மக்களின் தோலில் பழுப்பு நிறத்தில் காணப்படும். இளஞ்சிவப்பும் நீலமும் கலந்த கரப்பான் (Lavender Color Of Lichen Planus) நம் மக்களின் தோலில் "கரு நீலக் கரப்பான்" ஆகத் தோன்றும். இதுபோல் எண்ணற்ற வேறுபாடுகள் இருப்பதால்தான் என்னை உருவாக்கிய என் ஆசிரியர், பேராசிரியர்க்கெல்லாம் பேராசிரியர் பேட்ரிக் யேசுடியான் அவர்கள் "நிறமி நிறைந்த தோலுக்காகவே தோலியல் நூல்கள் மீண்டும் இயற்றப்பட வேண்டும்" (Dermatology Textbooks Should Be Rewritten For Colored Skin) என்ற கருத்தை அடிக்கடி வலியுறுத்துவார்கள். அதேபோல் மேலை நாட்டு மக்களின் உடல் உயரமும் பருமனும் நம்மைவிட அதிகமாக இருப்பதாலும், மருந்துகளைக் கையாள்வதில் அவர்களது உடல்

அமைப்பு மாறுபடுவதாலும், அவர்களுக்காகப் பரிந்துரைக் கப்படும் மருந்துகளில் பாதி அளவே நம்மில் பெரும்பான்மையா னோருக்குப் போதுமானதாக இருக்கலாம். எல்லா மருத்துவத் துறைகளிலும் இது போன்ற வேறுபாடுகள் பல உள்ளன.

எனவே, எவ்வளவு நூல்களை ஒரு மருத்துவர் கற்று நிபுணத்துவம் பெற்றிருந்தாலும், அவர் மருத்துவம் செய்யும் மண்ணின் மைந்தர்களின் உடல் அமைப்பு, பழக்கவழக்கங்கள், மரபணு மாற்றங்கள், மன வேறுபாடுகள் போன்ற இயற்கை அறிவைப் பெற்றுத் தெளிவுறாவிடில், அவர் நோய்களைத் துல்லியமாகக் கண்டறிந்து, மருத்துவ முறைகளையும் வெற்றிகரமாகக் கையாள முடியாது என்பது நிரூபிக்கப்பட்ட உண்மை. இத்துணை அரிய அறிவியல் பேருண்மையை ஈரா யிரத்து ஐநூறு ஆண்டுகளுக்கு முன்னரே ஒரு அருந்தமிழ் பெரும்புலவன் பதிவுசெய்துள்ளான் என்று அறிகையில் உள்ளம் பெருமிதத்தில் துள்ளுகிறது. ஆனால் இவற்றையும் இன்னும் கொட்டிக் கிடக்கும் குறள் பொக்கிஷங்களையும் இனிவரும் இளைய சமுதாயம் ஆர்வத்துடன் கற்றுணருமா? பயன் பெறுமா? என்ற வினா எழுகையில் துள்ளிய உள்ளம் துவள்கிறது!

48

மனம்மாணா உட்பகை தோன்றின் இனம்மாணா
ஏதம் பலவும் தரும்.

Unsettled Inner Conflicts Within Your Mind...
Are The Cause For Innumerable Diseases Of Many
Kind...

48. உள்மனப்பகை தீர்த்தல் உயிர் காக்கும் மருந்து...

ஒருவர் மனத்தில் ஏற்படும் மாறாத உட்பகை, அவரது நெருங்கிய சுற்றத்திடமும் மாறாத பகைமையை ஏற்படுத்திப் பல தொடர் துன்பங்களை விளைவிக்கும்.

'உட்பகை' என்ற அதிகாரத்தில் உலகப் பொதுமறை தந்த வள்ளுவப் பெருமான் கூறியிருக்கும் இந்தக் கருத்து மனித வாழ்வியலுக்குப் பொதுவானதாக இருப்பினும் இதன் மருத்துவப் பொருள் மிக மிக நுட்பமானது. மனம் மாறாத உட்பகை (Inner Conflict) என்றால் என்ன? ஒருவரது மனத்தில் ஏற்படும் கருத்து வேறுபாடுகள், கோப தாபங்கள், குற்ற உணர்வுகள், முடிவெடுக்க முடியாத குழப்பங்கள், பொறாமை உணர்வுகள், அடக்க முடியாத பேராசைகள், இவற்றால் எது சரி? எது தவறு? என்று அவர் மனத்துக்குள்ளேயே ஏற்படும் தொடர் மனப் போராட்டத்தில், இறுதி வரை எந்த ஒரு

முடிவுக்கும் வர முடியாமலேயே, தீர்க்க முடியாத உள் மன உளைச்சலுக்கு ஆளாவதுதான் மனம்மாறா உட்பகை. இந்த 'மனம் மாறா உட்பகை' தான் தீராத மனஅழுத்தத்தையும், பதட்டமான, குழப்பமான மனநிலையையும், மனச் சோர்வையும், தூக்கமின்மையையும், அச்சத்தையும், பீதியையும் உருவாக்கி மன நோய்க்கு ஆளாக்குகின்றன. இந்தத் தீராத மன அழுத்தங்கள் "வினை புரி உயிர் வளியினம்" (Reactive Oxygen Species) என்ற நச்சுப் பொருளை, உடலின் அனைத்துச் செல்களுக்கும், எல்லாத் திசுக்களுக்கும் பல்கிப் பெருகச் செய்து உடல் உறுப்புகள் அனைத்தின் ஆற்றலைக் குறைப்பதோடு மட்டுமல்லாமல் நோய்வாய்ப் படவும் செய்கின்றன. நம் உடலின் இயற்கையான நோய் எதிர்ப்புத் திறனைக் குறைப்பதோடு மட்டுமல்லாமல், நமக்கு நன்மை செய்யும் நோய் எதிர்ப்புச் செல்களை, நம் உடலுக்கு எதிராகத் தீமை செய்து, மெல்ல மெல்ல அழிக்கும் செல்களாக மாற்றி விடுகின்றன. இதனால்தான் இன்று பல "தன்னுடல் தாக்கு நோய்கள்" (Auto Immune Disorders) பெருகி வருகின்றன. இதற்கான அடிப்படைக் காரணம் "மனம் மாறா உட்பகை" தான் என்றுணராத பல மருத்துவர்கள், இதற்குக் காரணமே இல்லை என்ற முடிவு கட்டி, உடல் நலத்தை மேலும் பாதிக்கும் ஸ்டீராய்டு மருந்துகள்தான் இதற்குத் தீர்வு என்ற முடிவுக்கு வந்துவிடுகிறார்கள்.

ஆக, இந்த 'மனம் மாறா உட்பகை', மனத்தையும், உடலையும் தொடர்ந்து பாதித்து மீண்டும் சரி செய்ய முடியாத - மன உடல் நோய்களுக்குக் காரணமாகிறது. இதனால் தான் இன்று பெயர் விளங்காத புதுப் புது நோய்கள் ஒவ்வொரு வினாடியும் உலகெங்கும் உருவாகிக்கொண்டே இருக்கின்றன. 'மனம் மாறா உட்பகை' மனத்தை முதலில் பாதித்து, அதன்பின் மனத்தின் சுற்றமான உடலையும் பாதித்து, அதன் பின் நம் உடலின் சுற்றமான நெருங்கிய உறவுகளையும் பாதிக்கிறது என்று எச்சரிக்கிறார் வள்ளுவத் தந்தை.

மன நலத்தையும், உடல்நலத்தையும் ஒருபோதும் ஒரு மருத்துவர் பிரித்துப் பார்க்கலாகாது என்று வள்ளுவப் பேராசான் மீண்டும் மீண்டும் பல குறட்பாக்களில் வலியுறுத்துவதற்கு முத்தாய்ப்பான குறள் இது. தன் மனத்துக்குள் ஏற்படும் கருத்து வேறுபாட்டுக் குழப்பங்களை, குற்ற உணர்வுகளை, பகை உணர்வுகளை, ஊசலாட்டங்களை (Dilemmas) உடனுக்குடன் நமக்கு நாமே களைந்து, தெளிந்து, மனத்தில் ஏற்படும் உட்பகையை மாற்றினால் மனஅழுத்தம் குறைந்து, காரணமில்லாத உடல்நோய்கள் இன்றி மகிழ்ச்சியுடன் நீடு வாழலாம் என்று, இன்றைய நவீன உளவியல் நிபுணர்கள், இந்த நூற்றாண்டில்தான் கண்டறிந்தனர் 'மனம் மாறா உட்பகை' (Inner Conflict) குறித்து 2600 ஆண்டுகளுக்கும் முன்னரே சொன்ன திருவள்ளுவரின் திருவடி தொழ வேண்டும் தினமும் நாம் ஒவ்வொருவரும்.

49

கண்டுகேட்டு உண்டுஉயிர்த்து உற்றறியும் ஐம்புலனும்
ஒண்டொடி கண்ணே உள.

Not Only My Senses But Also My Soul Is Satisfied
By Her...
Why Should My Body & Mind Wander For More
Pleasure...

49. முறையான காமம் முத்தான மருந்து...

*க*ண்டும், கேட்டும், உண்டும், முகர்ந்தும், உடலால் தீண்டியும், உயிரோடு கலந்தும் ஐம்புல இன்பங்கள் அனைத்தும் ஒளி வீசும் என் இல்லாளிடம் உள்ளனவே!

ஆதலால், நான் ஏன் ஐம்புல இச்சைகளைத் தேடி வெளியில் அலைந்து நோய்வாய்ப் பட வேண்டும்? என்று சொல்லாமல் சொல்கிறார் ஐயன் வள்ளுவர். அறத்துப்பாலிலும், பொருட் பாலிலும் குறள் நெடுக மருத்துவ முத்துக்களைத் தூவிச் செல்லும் வள்ளுவர் எனும் சகல கலா வல்லவர், இன்பத்துப் பாலிலும் உடல்நலம் குறித்து இனிக்க இனிக்கப் பேசுகிறார். ஈடில்லா ஞானம் புகட்டுகிறார். ஐம்புலன்களின் வழி தோன்றும் மிதமிஞ்சிய காட்சி, மிதமிஞ்சிய கேள்வி, மிதமிஞ்சிய சுவை, மிதமிஞ்சிய நுகர்ச்சி மற்றும் மிதமிஞ்சிய புணர்ச்சி ஆகிய அளவுக்கு மீறிய உணர்ச்சிகளால் தான் நம் மனமும் உடலும் கெட்டு அழிகின்றன. ஆதலால் ஐம்புலனடக்கம் தான் உடல்நலத்தின் அடிப்படை என்று பல குறட்பாக்களில் வலியுறுத்தும் வள்ளுவப் பெருந்தகை, காமத்துப்பாலில் இந்தக் குறளில் சொல்வதை மேம்போக்காகப் பார்த்தால் முரணாகத் தெரியலாம். ஆனால் இதில் பொதிந்துள்ள மிக நுட்பமான வள்ளுவப் பார்வை, இதுவரை யாருமே எண்ணிராத கோணத்தில் காமத்தை உடல் நலத்தோடு பிணைக்கிறது.

காதல் ஒருவனைக் கைப்பிடித்து அவன் காரியம் யாவினும் கை கொடுத்த மனையாளைக் கண்டு அவள் அழகில் மயங்கியும், அவள் கொஞ்சும் மொழி கேட்டுக் கிறங்கியும், அவளது

இயற்கை மணத்தை நுகர்ந்து கிளர்ந்தும், தேனூறும் அவள் அதரங்களைச் சுவைத்துத் திளைத்தும், அவளுடன் ஈருடல் ஒருயிராகி காமத்தீயில் கருகி அவளுக்குள்ளேயே மரித்து, மீண்டும் அவளாலேயே உயிர்ப்பதுமாய் ஐம்புல இச்சைகள் அனைத்தையும் அவளே அன்புடனும், ஆதுரத்துடனும் தீர்க்கையில் அவன் ஏன் மிதமிஞ்சிய இன்பத்தை வெளியில் தேடி அலையப் போகிறான்? தேவைகள் தீர்ந்த பின் தேவைக்கதிகமான தேவை என்ன? அதுதானே இல்லறம் என்ற இனிய அறம். ஆணுக்கும் பெண்ணுக்கும் நியாயமாகத் தேவைப்படும் அளவான ஐம்புல இன்பங்களை ஆணுக்குரிய பெண்ணும், பெண்ணுக்குரிய ஆணும் தெவிட்டத் தெவிட்டத் தருகையில் ஐம்புலன்களின் அசுர தாகம் அடங்கிவிடுகிறது. ஆருயிர் அமைதி அடைகிறது. காதலுடன் இணைந்த எல்லை மீறாத புனிதமான இந்தக் காமத்தில் ஐம்புலன்களும் அடங்கி விடுவதால், அதன்பின் ஐம்புலனடக்கம் தேவையற்றதாகி விடுகிறது.

புனிதமான காமத்தைப் புரிதலின்றி புதிரானதாக்கித் தவறானதாக்கி விடக் கூடாது என்பதற்காகத்தான் வள்ளுவப் பெருந்தகை காமத்துப் பாலுக்கு 25 அதிகாரங்களும் 250 குறட்பாக்களும் தந்து காமத்தை ஒரு அறமாக்கியுள்ளார். 'சிற்றின்பம்' என்ற சொற்றொடரைத் தமிழ் இலக்கியத்தில் முதன்முதலில் பயன்படுத்திய வள்ளுவப் பெருந்தகை, அறமற்ற செயல்களால் பெறும் சிறுநலத்தையே, சிற்றின்பம் என்றார். காதலோடிணைந்த காமத்தை ஒருபோதும் சிற்றின்பம் என்று தரம் தாழ்த்தி வள்ளுவர் குறிப்பிடவில்லை.

மாறாக, காமம் இயைந்த காதற் பெருவாழ்வில் கணவனும் மனைவியும் பெருமகிழ்ச்சியும் பேரின்பமும் அடைவதை மீண்டும் மீண்டும் வலியுறுத்தி, காதலும் காமமும் பேரின்பம் என்கிறார். "இவளோடு நான் கொண்ட உறவு என் உடலோடு

உயிர் கொண்ட உறவு" என்று காமத்தின் உயர்வையும் புனிதத்தையும் உணர்த்துகிறார்.

காமம் இன்னாச்சொல் அல்ல, இல்லறத்தின் இன்றியமை யாத் தேவை. காமம் வெறுக்கத் தக்கதன்று. இல்லற வாழ்வை விரும்பத் தக்கதாக்குவது. பெரும்பான்மையான மணமுறிவு களுக்குக் காமம் குறித்த புரிதலின்மையே முதன்மைக் காரணமாகிறது. காமம் குறித்த அச்சமும், அறியாமையும், பேதைமையுமே தவறான காமத்துக்கு வழி வகுக்கிறது. ஒருவனுக்கு ஒருத்தி என்ற ஒழுக்கமான இல்லறத்தில் காமம் நல்லறமாகி நன்மருந்தாகிறது.

"ஒரு பார்வையில் மயக்கி காதல் நோயில் வீழ்த்துவாள், அவளே மறுபார்வையில் காமம் தணிக்கும் மருந்தாவாள்" என்றும், "அவள் தந்த நோய்க்கு அவளே மருந்து" என்றும் இல்லறத்தில் காமத்தின் மருத்துவப் பங்கையும், பயன்பாட்டையும் சுட்டிக் காட்டும் வள்ளுவப் பேராசான் தான் உலகின் முதல் பாலியல் மருத்துவ மாமேதை என்றால் அது மிகையன்று. எனவே ஆணுக்கும் பெண்ணுக்கும் இயல்பானதொன்றான ஐம்புல இச்சைகளின் வடிகாலாக முறையான, ஒழுக்கமான, நெறி பிறழாத, நேர்மையான காமம் இருப்பின், புலன்கள் இயற்கையாகவே கட்டுப்படுத்தப்பட்டு உடல் நலம் சீராக இருக்கும் என்கிறார் உலகின் மூத்த முதல் பாலியல் சிறப்பு மருத்துவரான எம் செம்மொழிப் பெரும் புலவர்.

50

உணலினும் உண்டது அறல்இனிது காமம்
புணர்தலின் ஊடல் இனிது.

It Is Healthier To Digest Than To Eat...
It Is Happier To Love Than To Mate...

50. ஊடல் என்ற உளவியல் மருந்து...

உண்பதை விட உண்ட உணவு செரிப்பதுதான் உடல் நலத்துக்கு நன்மை சேர்ப்பது. அதுபோல் காமத்திலும் கூடிக் களித்தலை விட, ஊடித் திளைத்தல் அதிக இன்பமும் நன்மையும் சேர்ப்பது.

உண்பதையும், உணவின் ருசியையும்தான் உலக மக்கள் அனைவரும் விரும்புவர். அதுபோல் காமத்தில் புணர்ச்சியையும் அதில் பெறும் கணநேர சுகத்தையும்தான் உலக மக்கள் அனைவரும் விரும்புவர். ஆனால், வாழ்வியல் நுணுக்கங்கள் அனைத்தையும் மேலும் மிக நுண்ணிய பார்வையுடன் அணுகும் வள்ளுவப் பேராசான் இக்குறளில், உண்பதை விடவும் உண்டது செரித்தல் நலம் என்றும், காமத்தில் கூடலை விட ஊடல் நலம் என்றும் சொல்வதேன்?

நாம் உண்ணும் உணவு வயிற்றுப் பகுதியிலிருந்து "வயிறு வடி நேரமான" (Gastric Emptying Time) சராசரியாகத் தொண்ணூறு நிமிடங்களுக்குப் பின் குடலின் செரிமானப் பகுதிக்குச் சென்று, உண்ட உணவின் தன்மைக்கேற்ப செரிமான நேரம் மாறுபட்டு, முழுமையான செரிமானம் நடந்த பிறகே, மூளை

நரம்புகள் மீண்டும் பசி உணர்வைத் தூண்டுகின்றன. நன்றாகச் செரித்த பின் உண்டாகும் பசி அளவானதாக, சரியானதாக, தேவையானதாக, நலமானதாக இருக்கிறது. நன்றாகப் பசித்த பின் நல்ல உணவை நன்றாக ருசித்துப் புசிக்க முடிகிறது. இதைத்தான் மிகத் துல்லியமாக "துய்க்கத் துவரப் பசித்து" என்கிறார். செரிக்காத போது பசியின்மை ஏற்படுகிறது. மற்ற செரிமானக் கோளாறுகளும் அதனைத் தொடர்கின்றன.

உணவு விதிகளையும், உண்ணும் முறைகளையும் அதன் வழி உடல் நலத்தைப் பேணும் வழிமுறைகளையும் சொன்ன வள்ளுவர், அவற்றையே உவமையாகக் கொண்டு உடல் புணர்ச்சி விதிகளையும் எடுத்துரைப்பது தான் வியப்பின் உச்சிக்கு நம்மைக் கொண்டு செல்கிறது.

உடலுக்கு உணவின் தேவை எவ்வளவு இன்றியமையாததோ அவ்வளவு இன்றியமையாதது காமத்தின் தேவையும் தான். "வயிற்றுப்பசி போலவேதான் உடற்பசியும்" என்பது இழிவானதோ, ஏளனத்துக்குரியதோ, தவறானதோ அல்ல, உறுதி செய்யப்பட்ட அறிவியல் உண்மை. இதை *2600* ஆண்டுகளுக்கு முன்னரே அறிந்திருந்ததால் தான் வள்ளுவர் வயிற்றுப் பசிக்கான உணவையும், உடற்பசிக்கான காமத்தையும் ஒப்பிடுகிறார்.

உண்ட உணவு முழுமையாகச் செரித்த பின் தூண்டப்படும் பசியைக் காமத்தில் கூடலுக்கு முன் ஏற்படும் ஊடலுக்கு உவமையாகக் கூறுவதன் உண்மை புரிந்தால் மெய் சிலிர்க்கும்.

காமத்தில் ஊடல் என்பது பெரும்பாலும் தலைவனிடம் தலைவி கொள்ளும் பொய்க் கோபத்தையும், செல்லச் சிணுங்கலையும், விருப்பமற்றவள் போல் விலகிச் செல்லலையும், பாராமுகமாய் இருப்பது போன்ற பாசாங்கினையும், போலிப் பிணக்கினையும் குறிக்கிறது. ஊடலின் ஆரம்ப நிலையான "புலவி"யில் தலைவி கோபம் கொள்வது போல் பாசாங்கு செய்வதை தலைவன் உண்மை என்று நம்பி தலைவியை ஆறுதல் படுத்தக் கெஞ்சுகிறான், கொஞ்சுகிறான், மன்றாடுகிறான். நெகிழ்ந்துபோய் "நீயே அரசி, நான் உன் அடிமை" என்று

உருகுகிறான். அவள் தோள் தழுவத் துடிக்கிறான். மெல்ல மெல்ல அவன் காமப்பசி தூண்டப்படுகிறது. ஆனால், தலைவியோ மேலும் மேலும் கோபம் கொண்டு விலகிச் செல்பவள் போல் நடித்தாலும், உண்மையில் அவன் நெகிழ்வதை ரசித்துக்கொண்டே நெருங்கி வருவது போல் வந்து வந்து விலகுகிறாள். இது "துனி" எனப்படும் ஊடலின் முற்றிய நிலை.

உணவு நன்றாகச் செரித்த பின் வயிற்றில் பசி தீயாய் மூள்வது போல், ஊடலின் நேரமும் கூடக்கூட காமப்பசி தீயாய் மூள்கிறது. தலைவனின் காமப் பசி பெருந்தீயாய்க் கொழுந்து விட்டு எரியும் வரை ஊடல் நாடகம் ஆடிவிட்டு தலைவி, அவனுக்குத் தன்னையே இரையாக்குகிறாள். நன்றாகப் பசித்த பின் எப்படி ருசித்து, ரசித்து, நன்றாக உண்ண முடிகிறதோ, அது போல் இந்த ஊடலுக்குப் பின் நிகழும் கூடல் இருவரையும் இன்பத்தின் உச்சிக்கே கொண்டு செல்கிறது. கூடல் இன்பம் நீண்ட நேரம் நிலைத்து நிற்கிறது. இன்பக் கடலில் இருவரும் மூழ்கி, இரவு இன்னும் நீளாதோ என ஏங்கி மீண்டும் மீண்டும் கூடித் திளைக்கிறார்கள். வெறும் உடல்களாய்ப் பின்னிக் கிடந்தவர்கள் ஓருயிராய்க் கிடக்கிறார்கள்.

ஊடல் அல்லது ஊடுதலுக்கு அறிவியல் ரீதியாக, உடல் உறவுக்கு முன் செய்யப்படும் "முன் விளையாடல்" (Fore Play) என்றும் பொருள் கொள்ளலாம். பொய்க் கோபம் கொள்ளுதலும், அருகே வரும்போது விலகிச் செல்வதும், தழுவ வரும்போது தள்ளிவிடுவதும், தீண்டலும், அந்தரங்கங்களைத் தேடலும், இன்னும் பலவும் முன் விளையாடலின் முக்கிய அம்சங்கள். சிறந்த உடல்உறவுக்கு நீண்ட நேர முன் விளையாடல் மிக மிக அத்தியாவசியமானது. (Longer Fore Play Is Essential For Better Union) ஊடல் நேரம் கூடக்கூட முன் விளையாடல் நேரம் கூடும். முன் விளையாடல் நேரம் கூடக்கூட கூடல் நேரம் கூடும். உடல்உறவில், புணர்வு மிகக் குறைந்த நேரமே நீடிக்கிறது. சராசரியாக ஏழு மணித்துளிகள்தான் என்று பாலியல் ஆய்வுகள் உறுதி செய்கின்றன. ஆனால் புணர்வுக்கு முந்தைய முன் விளையாடல் அல்லது ஊடல் குறைந்தது

30 மணித்துளிகள் முதல் சில மணி நேரங்கள் வரை. இந்த ஊடல் முன் விளையாடல் நேரம் மேலும் அதிகரித்தால் கூடல் நேரமும் சராசரியான ஏழு மணித் துளிகளையும் தாண்டி நீடிக்கும் என்கின்றன நவீன ஆய்வுகள்.

எனவே நேர அடிப்படையில் பார்த்தாலும் கூடல் இன்பத்தை விட ஊடல் இன்பமே பெரியது, சிறந்தது, நீடித்து நிலைப்பது. மேலும், கூடலை விட ஊடலின்போதுதான் தலைவன் - தலைவி இருவர் உடலிலும் "மகிழ் சுரப்புகள்" (Happy Hormones) மிக அதிகமாகச் சுரக்கின்றன. இந்த மகிழ் சுரப்புகளால் மன அழுத்தம் முற்றிலும் விலகி உடல் நலமாகிறது.

எனவே புசித்தலின் பசித்தல் நன்று; கூடலின் ஊடல் நன்று, துவரப் பசித்துப் புசி; நெடிது ஊடிக் கூடு என்று இந்த நூற்றாண்டில்தான் கண்டுபிடிக்கப்பட்ட பாலியல் உளவியல் உண்மைகளை, 2600 ஆண்டுகளுக்கு முன்னரே அறிந்து சொன்ன வள்ளுவனைப் படித்து உணர்ந்தால் காதலும் காமமும் கை கூடும், இல்லறம் நல்லறமாகும், குழந்தை யின்மை என்பதே இல்லாமல் போகும். இன்று ஆல் போல் கிளைத்து வளர்ந்துள்ள எல்லா மருத்துவத்துறைகளிலும், பலரும் துணிந்து ஏற்கத் தயங்கும் பாலியல்துறையிலும் கூட இரண்டாயிரத்து அறுநூறு ஆண்டுகளுக்கும் முன்னரே ஓர் மிகச் சிறந்த மருத்துவ வல்லுநர் இருந்திருப்பாரென்றால் அவர் மருத்துவர்க்கெல்லாம் மருத்துவர் டாக்டர் வள்ளுவரே..!